ചെറിയ (വലിയ) കണ്ടുപിടുത്തങ്ങൾ

cheriya (valiya) kandupiduthangal

•

yahya chorkala

•

first edition
february 2010

•

second edition
march 2012

•

typesetting
sailasree

•

published
chintha publishers, thiruvananthapuram

•

cover
mahesh communique

വിതരണം

ദേശാഭിമാനി ബുക്ക് ഹൗസ്

H O തിരുവനന്തപുരം-695 035
phone: 0471-2303026, 6063026
www.chinthapublishers.com
chinthapublishers@gmail.com

ബ്രാഞ്ചുകൾ

ഹെഡ്ഡാഫീസ് ബ്രാഞ്ച് കുന്നുകുഴി • സ്റ്റാച്യു തിരുവനന്തപുരം • കെ എസ് ആർ ടി സി ബസ് സ്റ്റേഷൻ ആലപ്പുഴ • കെ എസ് ആർ ടി സി ബസ് സ്റ്റേഷൻ എറണാകുളം • മച്ചിങ്ങൽ ലെയ്ൻ തൃശൂർ • ഐ ജി റോഡ് കോഴിക്കോട് • മാവൂർ റോഡ് കോഴിക്കോട് • എൻ ജി ഒ യൂണിയൻ ബിൽഡിങ് കണ്ണൂർ • സെൻട്രൽ ബസ് ടെർമിനൽ കോംപ്ലക്സ് താവക്കര കണ്ണൂർ

CR - VV.73 / 1127 / 2866
ISBN - 978-81-26204-13-7

ചെറിയ (വലിയ) കണ്ടുപിടുത്തങ്ങൾ

യഹ്‌യ ചൊർക്കള

ചിന്ത പബ്ലിഷേഴ്സ്
തിരുവനന്തപുരം-695 035

യഹ്യ ചൊർക്കള

കണ്ണൂർ ജില്ലയിലെ ചൊർക്കള സ്വദേശി.

രാഷ്ട്രമീമാംസയിൽ ബിരുദാനന്തര ബിരുദം. പത്രപ്രവർത്തനത്തിൽ പി ജി ഡിപ്ലോമ.

അറബി, ഉറുദു, ഇംഗ്ലീഷ് ഭാഷകളിൽനിന്ന് പത്തോളം കൃതികൾ മലയാളത്തിൽ പരിഭാഷപ്പെടുത്തിയിട്ടുണ്ട്.

ചില പ്രസിദ്ധീകരണങ്ങളിൽ എഡിറ്ററായി പ്രവർത്തിച്ചു. നിരവധി ലേഖനങ്ങളും ഫീച്ചറുകളും അഭിമുഖങ്ങളും ഡോക്യുമെന്ററി തിരക്കഥകളും തയാറാക്കിയിട്ടുണ്ട്. കവിതയ്ക്കുള്ള സജാദ് സഹിർ അവാർഡ്, കടത്തനാട്ട് മാധവിയമ്മ അവാർഡ്, മുംബൈ വൈറ്റ്‌ലൈൻ ജേണൽ അവാർഡ് എന്നീ പുരസ്കാരങ്ങൾ നേടിയിട്ടുണ്ട്.

ഇപ്പോൾ മാധ്യമമേഖലയിൽ പ്രവർത്തിക്കുന്നു.

Phone : 9633096220

e-mail : ayhay1234@gmail.com

ഉള്ളടക്കം

1

തൈര്

പുരാതനകാലംതൊട്ടേ മനുഷ്യൻ തൈര് ഉപയോഗിച്ചിട്ടുണ്ട്. രുചി മാത്രമല്ല ഔഷധപരമായ മേന്മകളുമാണ് ഇതിനെ ഏറെ പ്രിയങ്കര മാക്കിയത്. തൈരിനെ സർവരോഗ സംഹാരിയായാണ് റോമാക്കാർ കണ്ടി രുന്നത്. കഷണ്ടിക്കാർക്ക് മുടി മുളപ്പിക്കാൻ തൈരിനാകുമെന്ന് കരുതു ന്നവരുണ്ട്. മുഖത്തെ ചുളിവുകൾ നീക്കാൻ വൃദ്ധസ്ത്രീകൾ തൈര് ഉപ യോഗിക്കാറുണ്ടത്രെ.

19-ാം നൂറ്റാണ്ടുവരെ ഈ വിശ്വാസം പ്രചരിച്ചിരുന്നു. അക്കാല ത്താണ് തൈരിലടങ്ങിയ ഘടകങ്ങളെക്കുറിച്ച് ശാസ്ത്രജ്ഞർ ഗവേഷണ മാരംഭിച്ചത്. തൈരിൽ പ്രത്യേക ബാക്ടീരിയ അടങ്ങിയിട്ടുണ്ടെന്ന് കണ്ടെ ത്തിയത് റഷ്യൻ ശാസ്ത്രജ്ഞനായ ഇലി മെറ്റ്നിക്കോഫ് ആയിരുന്നു. Lactobassillus Bulgaricus എന്നാണദ്ദേഹം ഇതിന് പേരിട്ടത്. ലാക്ടോ എന്നത് തൈര് നിർമിക്കുന്നത് പാലിൽ നിന്നാണ് എന്നും, ബൾഗാറിസ് എന്നത് പണ്ട് ബൾഗേറിയയിലെ ജനങ്ങൾ ധാരാളമായി തൈര് ഉപ യോഗിച്ചിരുന്നു എന്നുമാണ് സൂചിപ്പിക്കുന്നത്.

ബൾഗേറിയക്കാരുടെ ശരാശരി ആയുസ്സ് നൂറ് വയസിനെക്കാൾ കൂടുതലായിരുന്നുവെന്നും മെറ്റ്നിക്കോഫ് ശ്രദ്ധിച്ചു. അവരുടെ ആയുർ ദൈർഘ്യത്തിന്റെ രഹസ്യം തൈരാണെന്ന് അദ്ദേഹം കണ്ടെത്തി. അതി നാൽ അദ്ദേഹവും ദിവസേന ധാരാളം തൈര് കഴിച്ചുതുടങ്ങി. ദൗർ ഭാഗ്യകരമെന്നു പറയട്ടെ, 71-ാം വയസിൽത്തന്നെ അദ്ദേഹം മരിച്ചു.

എങ്കിലും തൈരിലെ അത്ഭുതഔഷധം കണ്ടെത്താനുള്ള ഗവേ ഷണങ്ങൾ ശാസ്ത്രജ്ഞർ തുടർന്നു. മറ്റൊരു ബാക്ടീരിയയും തൈരിലട ങ്ങിയിട്ടുണ്ടെന്ന് വൈകാതെ കണ്ടെത്തി. സ്ട്രെപ്റ്റോകോക്കസ് തെർ മോഫിലസ് എന്നാണിതിന്റെ പേര്. പാലിനെ തൈരാക്കി മാറ്റുന്നത് ഈ

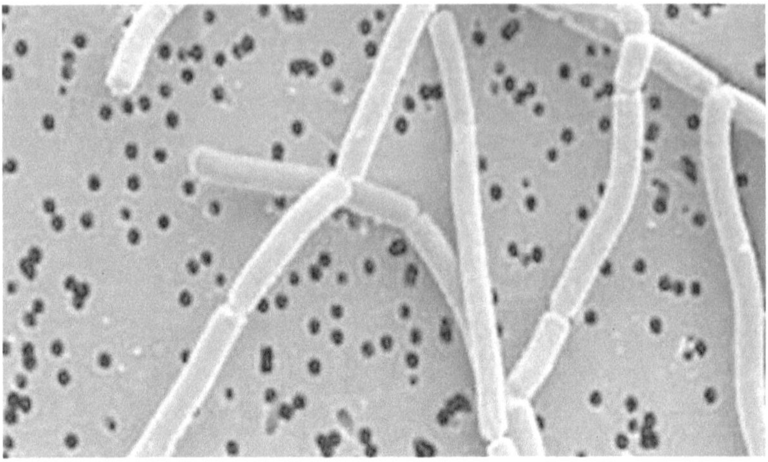

ലാക്ടോ ബാസില്ലസ്

രണ്ട് ബാക്ടീരിയകളും ഒരുമിച്ച് ചേർന്നാണ്. ദഹനത്തിനും, സർവോപരി ശാരീരികാരോഗ്യത്തിനും തൈര് ഉത്തമമാണെന്ന് ശാസ്ത്രീയമായി തെളിയിക്കപ്പെട്ട വസ്തുതയാണ്.

കാത്സ്യത്തിന്റെ പ്രധാന ഉറവിടമാണ് തൈര്. ചോക്കലേറ്റ്, വാനില, പിസ്ത തുടങ്ങിയ വിവിധരുചികളിൽ ഇന്ന് തൈര് ലഭ്യമാണ്. ഗുജറാത്തിലെ ശ്രീഖണ്ഡ്, പശ്ചിമ ബംഗാളിലെ മിഷ്ടിഭോയി എന്നിവ ജനപ്രിയങ്ങളായ തൈരുകളാണ്.

2

മേശ

മനുഷ്യൻ ഗുഹകളിൽ വസിക്കുന്ന കാലത്തുതന്നെ മേശയും ഉണ്ടായിരുന്നു. സാധനസാമഗ്രികൾ സൂക്ഷിക്കാനും ഭക്ഷണം കഴിക്കാനും ആയുധങ്ങൾക്ക് മൂർച്ചകൂട്ടാനും മറ്റുമായി അവൻ മേശ ഉപയോഗിച്ചു.

മേശ

ശിലായുഗം അവസാനിച്ചപ്പോൾ മേശകളും മാറി. എളുപ്പം നിർമിക്കാവുന്ന, മനോഹരമായ മരമേശകൾ കടന്നുവന്നു. തുടക്കത്തിൽ കൊത്തുപണികളൊന്നും ഇല്ലാത്ത പരുക്കനായിരുന്നു അവ. പിന്നീട്, പുതിയ രൂപത്തിൽ അവ നിർമിച്ചു തുടങ്ങി. ഇന്നും മ്യൂസിയങ്ങളിൽ അക്കാലത്തെ പല മേശകളും സൂക്ഷിച്ചിട്ടുണ്ട്.

മേശകളുപയോഗിക്കുന്നത് പൊതുവെ ഭക്ഷണംകഴിക്കാനാണ്. തീൻമേശകൾ എന്നറിയപ്പെടുന്ന ഇത്തരം മേശകൾ മധ്യകാലഘട്ടത്തിലാണ് നിർമിക്കപ്പെടുന്നത്. ഭോജന രീതികൾക്ക് പുതിയ സ്വഭാവം നൽകിയതിൽ മേശയ്ക്ക് നല്ല പങ്കുണ്ട്. വിരൽ നക്കുന്നതും കത്തി, ഫോർക്ക് എന്നിവ ഉപയോഗിക്കുമ്പോഴോ, ഭക്ഷണം കഴിക്കുമ്പോഴോ ശബ്ദമുണ്ടാക്കുന്നതും നല്ല ഭക്ഷണമര്യാദയല്ലന്നാണ് വെപ്പ്. ഭക്ഷണശേഷം കൈകഴുകുന്നതിന് മുമ്പ് വിരൽ നക്കുന്നതും പാത്രങ്ങൾ തുടച്ചു വൃത്തിയാക്കുന്നതും അറബികളുടെ ശീലമാണ്.

നാലുകാലുള്ള മേശ സർവകാല പ്രിയം നേടിയവയാണ്. എങ്കിലും ഒറ്റക്കാലുള്ളതും മൂന്നുകാലുള്ളതുമായ വട്ടമേശകളും മടക്കുമേശകളുമൊക്കെ പുതിയ പരീക്ഷണങ്ങളാണ്. ഭക്ഷണത്തിനാണ് സാധാരണയായി ഇത്തരം മേശകൾ ഉപയോഗിക്കാറുള്ളത്. അതേസമയം ഓഫീസുകളിലും, സ്കൂളുകളിലുമാണ് പൊതുവിൽ ചതുരാകൃതിയിലുള്ള മേശകൾ കാണുന്നത്. ലണ്ടനിലെ പ്രസിദ്ധമായ വട്ടമേശസമ്മേളനം ഇന്ത്യാ ചരിത്രത്തിലെ നാഴികക്കല്ലാണ്.

3

സോപ്പ്

പ്രാചീന റോമിൽനിന്നാണ് സോപ്പിന്റെ കഥയാരംഭിക്കുന്നത്. അവിടെ അലക്കുകാർ പൊതുകക്കൂസുകൾ നിർമിക്കാറുണ്ടായിരുന്നു. പൊതുകക്കൂസും അലക്കുകാരും തമ്മിലെന്ത് ബന്ധമെന്ന് ചിന്തിക്കുന്നുണ്ടാവാം. ഈ കക്കൂസുകൾ വഴിയാണ് അലക്കുകാർ ഉപജീവനമാർഗം കണ്ടെത്തിയിരുന്നത്.

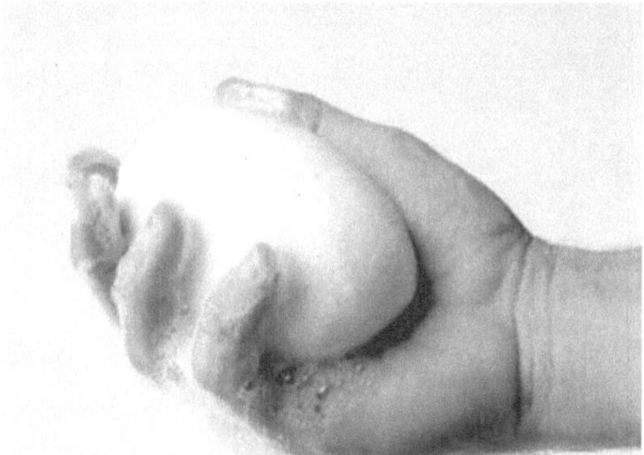

ആദ്യം അലക്കുകാർ മുഷിഞ്ഞ വസ്ത്രങ്ങൾ അമ്ലജലത്തിൽ കുതിർക്കും. ശേഷം ടോയ്‌ലറ്റിൽ നിന്നും ശേഖരിക്കുന്ന ദുർഗന്ധം നിറഞ്ഞ മൂത്രം കലർത്തും. അവസാനം ശുദ്ധവെള്ളത്തിൽ കഴുകിക്കളയും. പൊതുകക്കൂസുകൾ അവർക്കിടയിൽ വലിയ കാര്യമാണെന്നോർക്കുക. അക്കാലത്ത് അവിടെ കുളിസോപ്പുണ്ടായിരുന്നില്ല. തൊലിയിലെ മാലിന്യവും അഴുക്കുമൊക്കെ കത്തിക്കൊണ്ട് ചുരണ്ടിക്കളയുകയാണ് ചെയ്തിരുന്നത്.

ഒന്നാം നൂറ്റാണ്ടിൽത്തന്നെ സോപ്പുകൾ നിർമിക്കപ്പെട്ടിട്ടുണ്ടാവാം.

പക്ഷേ പത്താം നൂറ്റാണ്ടിലാണ് സോപ്പിന്റെ ഉപയോഗം വ്യാപകമായത്. അക്കാലത്ത് ആഡംബരവസ്തുവായിരുന്നു സോപ്പ്. സമ്പന്നർ മാത്രമേ അത് ഉപയോഗിച്ചിരുന്നുള്ളൂ. പതിനാലാം നൂറ്റാണ്ടിൽ ഇംഗ്ലണ്ടിൽ വൻ തോതിൽ സോപ്പ് നിർമാണം ആരംഭിച്ചു. ആദ്യം മെഴുകുനിർമാതാക്കളാണ് സോപ്പ് നിർമിച്ചിരുന്നത്. കാരണം, കൊഴുപ്പും എണ്ണയുമാണ് സോപ്പിലെയും മെഴുകിലെയും പ്രധാനഘടകങ്ങൾ. സോപ്പിന്റെ വലിയ കട്ടകളുണ്ടാക്കിയശേഷം കഷ്ണങ്ങളാക്കി വിൽക്കുകയാണ് ചെയ്തിരുന്നത്.

സോപ്പും പരസ്യലോകവും പര്യായങ്ങളാണ്. ലോകത്തെ ആദ്യത്തെ സോപ്പ് 'ലൈഫ്ബോയ്' ആരോഗ്യത്തിന്റെ സോപ്പായാണ് വിപണിയിലെത്തിയത്. അന്നുതൊട്ട്, ഇന്നും ഇതേ പാരമ്പര്യമാണ് സോപ്പു കമ്പനികൾ തുടർന്നുപോകുന്നത്.

4

കുപ്പായം

കുപ്പായം ശരീരം മറയ്ക്കാൻ മാത്രമുള്ളതാണെന്നാണോ നിങ്ങളുടെ വിചാരം? എങ്കിൽ നിങ്ങൾക്കുതെറ്റി. ഇവ ശ്രദ്ധയോടെ വായിക്കൂ.

- ഗർഭകാലത്ത് സ്ത്രീകൾ ഭർത്താവിന്റെ കുപ്പായം ധരിച്ചാൽ, സുമുഖനും ആരോഗ്യവാനുമായ കുഞ്ഞിന് അവൾ ജന്മം നൽകും.
- ഏഴു വയസ്സ് പ്രായമുള്ള കുട്ടി തയ്ച്ച കുപ്പായം ധരിച്ചാൽ ഏതു ആക്രമണത്തിൽ നിന്നും രക്ഷപ്പെടാം.
- രോഗിക്ക് നേരെ കുപ്പായം വലിച്ചെറിഞ്ഞാൽ രോഗം മാറും.
- യോദ്ധാവിന്റെ വിധവ ഭർത്താവിന്റെ കുപ്പായമണിഞ്ഞാൽ, ജീവിതകാലം മുഴുവൻ രക്തംപുരണ്ട കുപ്പായം ധരിക്കേണ്ടിവരും.

കുപ്പായം ഒരു ഭ്രമമായ മധ്യകാലത്ത് പ്രചരിച്ചിരുന്ന ഒരു വിശ്വാസമാണിത്. കോളറില്ലാത്ത, കുർത്തകൾ പോലുള്ള കുപ്പായങ്ങളായിരുന്നു അവ. കഞ്ഞിപ്പശ ചേർത്ത് കട്ടികൂട്ടിയ കോളറുകളായിരുന്നു അന്നു പ്രചാരത്തിലുണ്ടായിരുന്നത്. തയ്യൽക്കാർ വിവിധതരം കോളറുകൾ തയാറാക്കും. വളരെ ചെലവേറിയ തൊങ്ങലും കോളറുമുള്ള കുപ്പായങ്ങളായിരുന്നു സാധാരണയായി സമ്പന്നർ ഉപയോഗിച്ചിരുന്നത്. ഇത്തരം കുപ്പായങ്ങൾ ഒരു ഭ്രമമായിത്തീർന്നപ്പോൾ ഒരു കുപ്പായമുണ്ടാക്കാൻ സ്വത്ത് പോലും വിൽക്കുന്ന അവസ്ഥയിലെത്തി. വിലയേറിയ ഒരു കുപ്പായം വാങ്ങാൻ ഒരു ഫ്രഞ്ചുകാരൻ സ്വന്തം പൂന്തോട്ടംതന്നെ വിൽക്കുകയുണ്ടായി.

കുപ്പായം വിലകൂടിയതാണെങ്കിലും അതുവൃത്തിയാക്കാനുള്ള ഏർപ്പാടൊന്നും അന്നുണ്ടായിരുന്നില്ല. ഒരു കുപ്പായം തന്നെ മാസങ്ങളോളം തുടർച്ചയായി ധരിച്ചശേഷം വലിച്ചെറിയും. ദിവസവും കുപ്പായത്തിൽ സുഗന്ധം പൂശിയാണത്രെ ഈ കുപ്പായം ധരിച്ചിരുന്നത്.

പതിനെട്ടാം നൂറ്റാണ്ടിൽ, കഞ്ഞിപ്പശമുക്കിയ കുപ്പായം ഫാഷനാ

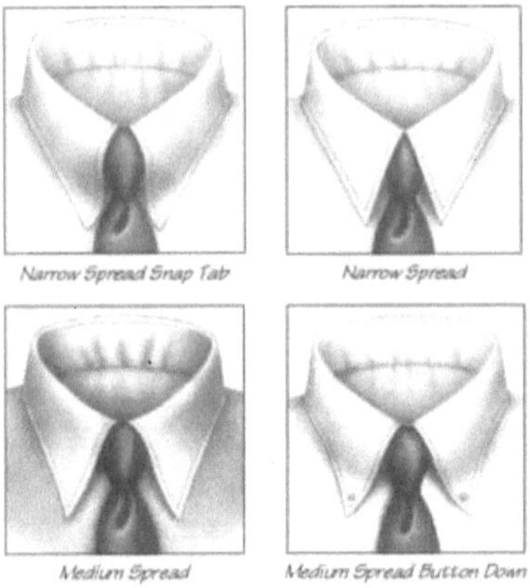

കോളർ ഷർട്ട്

യി. കേവലവിശ്വാസമാണെങ്കിലും, ഇരുമ്പിനെക്കാൾ കടുപ്പമേറിയതും, വെടിയുണ്ട കടന്നുപോകാത്തതുമാണ് ഇത്തരം കുപ്പായങ്ങളെന്ന് പ്രചരിച്ചിരുന്നു.

1820–ൽ, ന്യൂയോർക്കിലെ ട്രോയ് നഗരത്തിൽ, ഒരു കൊല്ലപ്പണിക്കാരന്റെ ഭാര്യ ഭർത്താവിന്റെ കുപ്പായം അലക്കുകയായിരുന്നു. കോളറിലെ മാലിന്യം നീക്കാൻ വളരെ പ്രയാസമായി. അവൾ ഒരു എളുപ്പമാർഗം കണ്ടുപിടിച്ചു. കോളർ മുറിച്ചെടുത്ത് പ്രത്യേകമായി വൃത്തിയാക്കി. ഇസ്തിരിയിട്ട ശേഷം കുപ്പായത്തിൽ കോളർ ഘടിപ്പിച്ചു. ഊരിമാറ്റാവുന്ന കോളറുള്ള കുപ്പായങ്ങൾ അങ്ങനെയാണ് വ്യാപിച്ചത്.

പത്തൊമ്പതാം നൂറ്റാണ്ടിന്റെ അവസാനത്തോടെ അനേകതരം കോളറുകളുള്ള ഷർട്ടുകൾ വിപണിയിലെത്തി. കാലത്തിനൊപ്പം മനോഗതിയും മാറി. കോളറില്ലാത്ത സ്പോർട്സ് കുപ്പായങ്ങൾ ഇന്ന് രംഗത്തുണ്ട്.

5

ചായ

ബി സി 2700-ൽ, ചൈനയിലെ ചക്രവർത്തിയായിരുന്ന ഷെൻനൻഗിന് തിളപ്പിച്ചാറ്റിയ വെള്ളം കുടിക്കുന്ന പതിവുണ്ടായിരുന്നു. ഒരു ദിവസം വെള്ളം തിളച്ചുകൊണ്ടിരിക്കുമ്പോൾ അബദ്ധത്തിൽ അതിൽ കൊച്ചു ഇലയും വീണുപോയിരുന്നു. രാജാവ് ആ വെള്ളം കുടിച്ച ഉടനെ പാചകക്കാരനെ വിളിച്ചുവരുത്തി. ഭയപ്പാടോടെയാണ് അയാൾ വന്നതെങ്കിലും രാജാവിനെ പ്രസന്നനായി കണ്ടപ്പോൾ സമാധാനമായി. രുചികരമായ വെള്ളം ഉണ്ടാക്കിയതിന് പാചകക്കാരന് സമ്മാനം നൽകി. ആ വെള്ളത്തിൽ വീണത് തേയിലയായിരുന്നു. ഇതായിരുന്നു ലോകത്തെ ആദ്യത്തെ ഒരു കപ്പ് ചായ. അതിൽ പഞ്ചസാരയോ പാലോ ചേർത്തിരുന്നില്ല. അന്നുമുതൽ ചക്രവർത്തിയുടെ ദൈനംദിന ഭക്ഷണപ്പട്ടികയിൽ കട്ടൻചായയും സ്ഥാനം പിടിച്ചു. വൈകാതെ കൊട്ടാരനിവാസികളും പിന്നീട് ചൈനക്കാർ ആകമാനവും ചായ കുടി ആരംഭിച്ചു.

പക്ഷേ ചായ യൂറോപ്പിലെത്താൻ പിന്നെയും 4300-ലേറെ വർഷം വേണ്ടിവന്നു. ചൈനയിലെ ഈസ്റ്റിന്ത്യാകമ്പനിയുടെ ഡച്ച് ഉദ്യോഗസ്ഥ

രാണ് ചായ യൂറോപ്പിന് പരിചയപ്പെടുത്തിയത്. ചൈനയിൽനിന്ന് ഇംഗ്ലണ്ടിലേക്ക് ചായ കൊണ്ടുപോയത് 1610-ലാണ്. 1650-ഓടെ ചായ ഇംഗ്ലണ്ടിലെ ജനകീയ പാനീയമായി. ചായ ഇറക്കുമതിചെയ്യുന്നതിന് പല രാജ്യങ്ങളും ചൈനയ്ക്ക് വൻതുക നൽകേണ്ടതുണ്ടായിരുന്നു.

ഇതു പരിഹരിക്കാൻ, ചായകുടി ആരോഗ്യത്തിന് ഹാനികരമാണെന്ന് ബ്രിട്ടീഷുകാർ കിംവദന്തി പരത്തി. ഡോ.ഹേൽസ് എന്ന പുരോഹിതൻ പന്നിക്കുട്ടികളിൽ ഒരു പരീക്ഷണം നടത്തി. പന്നിയുടെ വാൽ ദീർഘനേരം ചായയിൽ മുക്കിയാൽ അതിന്റെ രോമങ്ങൾ കൊഴിയുമെന്ന് കണ്ടെത്തി. പക്ഷേ ഇതുകൊണ്ടൊന്നും ചായകുടി നിർത്താൻ ജനം തയാറായിരുന്നില്ല. അവർ പൂർണമായും അതിനടിമകളായിമാറിയിരുന്നു. ഇന്നും ലോകത്തേറ്റവുംകൂടുതൽ ചായ ഉപയോഗിക്കുന്നത് ഇംഗ്ലണ്ടിലെ ജനങ്ങൾതന്നെയാണ്.

1773 ഡിസംബർ 16-ന് ബോസ്റ്റൺ ഹാർബറിൽ 342 ടൺ ചായപ്പെട്ടികൾ ഇറക്കുമതിചെയ്തതിനെത്തുടർന്നാണ് അമേരിക്കൻ വിപ്ലവം പൊട്ടിപ്പുറപ്പെട്ടത്. പക്ഷേ അമേരിക്കക്കാർക്ക് ചായയെക്കാൾ കാപ്പിയോടാണ് താൽപ്പര്യം. ചായവിളമ്പൽ പല ഏഷ്യൻ രാഷ്ട്രങ്ങളുടെയും പാരമ്പര്യമാണ്. പക്ഷേ ഓരോ രാജ്യത്തിന്റെയും സംസ്കാരമനുസരിച്ച് അതിൽ മാറ്റങ്ങളുണ്ടാകും. 600 വർഷം പഴക്കമുള്ള ജപ്പാനാണ് ഇതിൽ മുൻപന്തിയിൽ. ഇടയ്ക്കിടെ ചായ കുടിക്കുന്നതിന് ജപ്പാനികൾ ച്നോയു എന്നാണ് പറയുക.

കെറ്റിലുകളിലുണ്ടാക്കുന്ന ചായയെക്കുറിച്ച് ഇവിടെ പരാമർശിക്കേണ്ടതുണ്ട്. വർഷങ്ങൾക്കുമുമ്പ്, കളിമണ്ണുകൊണ്ടും ലോഹങ്ങൾക്കൊണ്ടു (സ്വർണവും വെള്ളിയും കൊണ്ടും)മൊക്കെയാണ് അവ നിർമിച്ചിരുന്നത്. ഇന്ന് അവയുടെ രൂപത്തിലും ഭാവത്തിലും നിരവധി മാറ്റങ്ങൾ വന്നു. ലോകത്തെ പല വിപ്ലവങ്ങൾക്കും കലാപങ്ങൾക്കും ചായ സാക്ഷ്യം വഹിച്ചിട്ടുണ്ട്. ചായക്കോപ്പയിലെ കൊടുങ്കാറ്റിനെപ്പറ്റി കേൾക്കാത്തവരുണ്ടാകില്ല.

6

കാപ്പി

എ ഡി 850-ൽ എത്യോപ്യയിൽ കൽഭി എന്നു പേരുള്ളൊരു ഇടയൻ മേക്കാനായി മൃഗങ്ങളെയും കൂട്ടി ഇറങ്ങിയതായിരുന്നു. ചില ആടുകൾ ചുവന്ന കാട്ടുപഴം തിന്നു. പെട്ടെന്ന് അവ ഓടാനും ആവേശത്തോടെ ചാടാനും തുടങ്ങി. ഈ പഴത്തിൽ ലഹരിയുണ്ടാക്കുന്ന വസ്തുക്കളെന്തോ അടങ്ങിയിട്ടുണ്ടെന്ന് കൽഭി ഊഹിച്ചു.

അയാൾ ചില പഴങ്ങളെടുത്ത് ഗ്രാമപുരോഹിതന്റെ അടുക്കലെത്തി. അദ്ദേഹം അത് ചൂടാക്കി സത്ത് കുടിച്ചു. ഉന്മേഷവും ഊർജവും അദ്ദേഹത്തിൽ വർധിച്ചു. ഞായറാഴ്ചകളിലെ പ്രാർഥനാച്ചടങ്ങുകളിൽ പങ്കെടുക്കാൻപോലും മറന്നുകൊണ്ട് പുരോഹിതൻ ഈ പാനം തുടർന്നു. മുമ്പ് ദീർഘമായ ചടങ്ങുകൾക്കിടയിൽ അദ്ദേഹത്തിന് ഉറക്കം തോന്നിയിരുന്നുവെങ്കിലും ഇപ്പോൾ അദ്ദേഹത്തിന് സജീവതയും ഉണർവും ലഭിക്കുന്നതായി തോന്നി. പുരോഹിതൻ ഗ്രാമീണരുമായി അനുഭവം പങ്കു വെക്കുകയും അവരോട് ഇത് പാനം ചെയ്യാൻ ഉപദേശിക്കുകയും ചെയ്തു. ഇങ്ങനെയാണ് കാപ്പിയുടെ ഉത്ഭവം

കാപ്പി എത്യോപ്യയിൽ നിന്ന് അറബ് നാടുകളിലേക്ക് നീങ്ങി. 13-ാം നൂറ്റാണ്ടിൽ

ഗൾഫ് രാജ്യങ്ങളിലെ സാധാരണ പാനീയമായിരുന്നു ഇത്. പിന്നീടവർ കാപ്പിക്കുരു കയറ്റുമതിയും തുടങ്ങി. തങ്ങളുടെ രഹസ്യം പുറത്തുപോകുമെന്ന് ഭയന്നോ, കയറ്റുമതിയിൽ നഷ്ടം ഭയന്നോ അവർ കാപ്പിത്തൈകൾ വിൽക്കാൻ തയാറായിരുന്നില്ല. പക്ഷേ രഹസ്യമായി വിവിധരാജ്യങ്ങളിൽ കാപ്പിത്തൈകൾ എത്തിത്തുടങ്ങി. അങ്ങനെ ലോകത്താകമാനം കാപ്പികൃഷി വ്യാപകമായി.

കഫീൻ എന്നൊരു വസ്തു കാപ്പിയിലടങ്ങിയിട്ടുണ്ട്. ഇതാണ് മനസിനെ ഉന്മേഷഭരിതമാക്കുന്നത്. ഇതര പാനീയങ്ങളെക്കാൾ ബുദ്ധിജീവികൾ കാപ്പിക്ക് മുൻഗണന നൽകാനുള്ള കാരണമിതാണ്. ഇത്തരം ചില കാപ്പി പ്രിയരായ ബുദ്ധിജീവികളാണ് യൂറോപ്പിലെ ആദ്യത്തെ കോഫിഹൗസ് നിർമിച്ചത്.

കാപ്പിക്കുരുവിൽ നിന്നും കാപ്പിപ്പൊടി നിർമിക്കുന്നത് പ്രയാസമേറിയ ഒരു പണിയാണ്. നല്ല സാമർഥ്യം ആവശ്യമാണിതിന്. എല്ലാവർക്കും ഇതിന് സാധിക്കില്ല. ഇൻസ്റ്റന്റ് കാപ്പിപ്പൊടി വന്നതോടെ കാപ്പി ഉണ്ടാക്കാൻ എളുപ്പമായി.

ഒരുകാലത്ത് ഫ്രാൻസിലും ഇംഗ്ലണ്ടിലും ഔഷധമായി ഉപയോഗിക്കപ്പെട്ടിരുന്നു കാപ്പി. ജലദോഷം മുതൽ ചിക്കൻ പോക്സ് വരെ നിരവധി രോഗങ്ങൾക്ക് കാപ്പി കുടിക്കാനായിരുന്നു രോഗികൾക്ക് ലഭിക്കുന്ന നിർദേശം. തുർക്കിയിൽ കാപ്പി ജനകീയമായിരുന്നു. അതിനാൽ ലഭ്യമായ ഏറ്റവും നല്ല കാപ്പി നൽകിയാണ് അൾത്താരകളിൽ വധുവരനെ സ്വീകരിക്കുന്നത്.

എന്താണ് യഥാർഥ കാപ്പിയുടെ നിർവചനം? ചാൾസ് മൗറിസ് ടാലിറാന്റിന്റെ അഭിപ്രായത്തിൽ പിശാചിനെപ്പോലെ കറുത്തതും, നരകംപോലെ ചൂടുള്ളതും, മാലാഖയെപ്പോലെ നിർമലവും, സ്നേഹംപോലെ മധുരമേറിയതുമാവണം നല്ല കാപ്പി.

7

തീപ്പെട്ടി

ആയിരത്തി തൊള്ളായിരത്തി അറുപത്തി ഒമ്പതിൽ ഹെന്നിങ് ബ്രാണ്ട് ഫോസ്ഫറസ് കണ്ടുപിടിച്ചു. ഉയർന്ന ജ്വലന സ്വഭാവമുണ്ടായിരുന്നതിനാൽ കരിമരുന്നുശാലകളിലാണ് അന്ന്ഇവ ഉപയോഗിച്ചിരുന്നത്. വിലയും ഏറെയായിരുന്നു. അതിനാൽ സമ്പന്നർക്കേ ഇത്തരം കരിമരുന്നുകൾ ഉപയോഗിക്കാൻ സാധിച്ചിരുന്നുള്ളൂ.

1827-ൽ ഇംഗ്ലണ്ടുകാരനായ ജോൺ വാക്കറാണ് ഫോസ്ഫറസ് ഉപയോഗിച്ച് ലോകത്ത് ആദ്യമായി തീപ്പെട്ടി നിർമിച്ചത്. 'ലൂസിഫർ' എന്നാണദ്ദേഹം ഇതിന് പേരിട്ടത്. ലാറ്റിൻ ഭാഷയിൽ 'കത്തിക്കുക' എന്നർഥം. മാർദവമേറിയ കടലാസിൽ ലൂസിഫർ ഉരയ്ക്കുമ്പോൾ തീപ്പൊരിയുണ്ടാകും. പുഴുങ്ങിയ മുട്ടയുടെ ഗന്ധമുള്ള പുകയും ഒപ്പമുണ്ടാകും.

ഐവർ ക്രൂഗർ

പക്ഷേ, ഫോസ്ഫറസ് ആരോഗ്യത്തിന് ഹാനികരമാണെന്ന് പിന്നീട് കണ്ടെത്തി. തീപ്പെട്ടി ഫാക്ടറികളിൽ തൊഴിൽ ചെയ്യുന്നവരുടെ കാര്യം കഷ്ടമായിരുന്നു. ചിലരുടെ എല്ലുകൾക്ക് വൈരൂപ്യമുണ്ടായി. മറ്റു ചിലർക്ക് താടിയെല്ലിന് മാരകരോഗം ബാധിച്ചു. ജീവിതംതന്നെ നഷ്ടപ്പെട്ടവരുമുണ്ടായിരുന്നു. തീപ്പെട്ടി വ്യവസായത്തിൽ തൊഴിലെടുക്കുകയെന്നത് വലിയ പ്രശ്നമായി മാറി. 1911-ൽ, ഡയമണ്ട്

തീപ്പെട്ടിക്കമ്പനി ഇതിനൊരു പരിഹാരം കണ്ടു. ഫോസ്ഫറിന് പകരം കുറഞ്ഞ സൾഫൈഡ് ഉപയോഗിക്കുക. ഫോസ്ഫറസിനെക്കാൾ ഗുണകരമായിരുന്നു ഇത്. യാതൊരു പാർശ്വഫലങ്ങളുമില്ല. തീപ്പെട്ടി വ്യവസായ രംഗത്ത് പുതിയൊരു യുഗമായിരുന്നു അത്.

തീപ്പെട്ടികളെക്കുറിച്ച് പറയുമ്പോൾ ഐവർ ക്രൂഗറുടെ നാമം മറക്കാൻ കഴിയില്ല. 1900കളിൽ ഭൂഗോളതീപ്പെട്ടി വിപണിയുടെ നാലിൽ മൂന്ന് ഭാഗം നിയന്ത്രിച്ചത് അദ്ദേഹമായിരുന്നു. യഥാർഥത്തിൽ ഒരു തട്ടിപ്പുകാരനായിരുന്നു അദ്ദേഹം. വൈകാതെ അദ്ദേഹത്തെ ലോകം തിരിച്ചറിഞ്ഞതോടെ തടവിലാവുകയും ചെയ്തു. 52-ാം വയസിൽ ഐവർ ക്രൂഗർ ആത്മഹത്യചെയ്തു.

8

ചോക്ലേറ്റ്

ആയിരത്തി അഞ്ഞൂറ്റി പത്തൊൻപതിൽ സ്പെയിനിലെ ഹെർനൻ കോർട്ടസ് മെക്സിക്കോയിലെ അസ്ടെക്കിൽ പോയപ്പോൾ ഒരു സ്വർണചഷകത്തിൽ സുഗന്ധമുള്ള ഒരു പാനീയം അദ്ദേഹത്തിന് ലഭിച്ചു. വിശിഷ്ടാതിഥികൾക്ക് മാത്രമേ ഈ പാനീയം നൽകാറുള്ളൂ. അന്നാട്ടുകാർ ചോക്ലേറ്റ് എന്നാണിതിന് പറഞ്ഞിരുന്നത്. ഒരു മരത്തിന്റെ കായിൽ നിന്നാണ് ഇത് നിർമിക്കുന്നത്. ഈ കായകൾക്ക് വലിയ പ്രാധാന്യമാണ് മെക്സിക്കോക്കാർ കൽപ്പിച്ചിരുന്നത്. ആദിവാസികളുടെ വിശ്വാസത്തിൽ ദൈവത്തിൽ നിന്നുള്ള വരമാണിത്.

കഥ ഒരുപക്ഷേ ആധികാരികമല്ലെങ്കിലും, ദിവ്യത്വം കൽപ്പിക്കപ്പെട്ടിരുന്ന ഒരു പാനീയമായിരുന്നു ചോക്ലേറ്റ് എന്നതിൽ സംശയമില്ല. ഇതിന്റെ രുചിയും നിറവും സവിശേഷമാണ്.

കാൾ ലീനസ് ഇതിനെ 'തെമ്ബ്ഗാമ കൊക്കോയ' (ദൈവത്തിന്റെ ആഹാരം) എന്ന് പേരിട്ടതിൽ അത്ഭുതപ്പെടാനില്ല. ഇന്ന് ഇതറിയപ്പെടുന്നത് 'കൊക്കോ' എന്നാണ്.

നമുക്ക് മെക്സിക്കോയിലേക്ക് തിരിച്ചുപോകാം. കൊക്കോ ചെടിയുടെ വിത്ത് എടുത്ത് കോർട്ടസ് അത് സ്പെയിനിൽ നട്ടു. ഒരു നൂറ്റാണ്ടോളം കൊക്കോമരത്തിന്റെ രഹസ്യം സ്പെയിൻകാർ പുറത്തു വിട്ടിരുന്നില്ല. കൂടുതൽ പര്യവേക്ഷകർ ലോകസഞ്ചാരമാരംഭിച്ചതോടെയാണ് ഈ രഹസ്യം പുറത്തായത്. 17-ാം നൂറ്റാണ്ടിൽ യൂറോപ്പ് മുഴുവൻ ചോക്ലേറ്റ് കുടിക്കാൻ തുടങ്ങി. കൊക്കോ നിർമാണത്തിൽ ഘാന, ബ്രസീൽ, നൈജീരിയ എന്നീ രാഷ്ട്രങ്ങൾ മുൻപന്തിയിലാണ്.

വിചിത്രമെന്നു പറയട്ടെ, കയ്പേറിയതാണ് കൊക്കോയുടെ രുചി! പാലും പഞ്ചസാരയുമാണ് ചോക്ലേറ്റ് നിർമിക്കാൻ കൊക്കോയിൽ ചേർക്കുന്നത്. ഇന്ന് ചോക്ലേറ്റ് ലോകവിപണിയിൽ വലിയതോതിൽ മേൽക്കൈ നേടിയിട്ടുണ്ട്. വ്യത്യസ്ത നിറങ്ങളിലും രൂപത്തിലും വലിപ്പത്തിലുമുള്ള ചോക്ലേറ്റുകൾ ഇന്ന് ലഭ്യമാണ്.

9

ഐസ്ക്രീം

അലക്സാണ്ടർ ചക്രവർത്തിക്ക് പ്രിയങ്കരമായിരുന്നു ഐസ്ക്രീമുകൾ. അന്ന് തേൻ, പഴച്ചാറുകൾ, പാൽ എന്നിവ കൊണ്ടായിരുന്നു ഐസ്ക്രീം ഉണ്ടാക്കിയിരുന്നത്. മലമുകളിൽ നിന്നായിരുന്നു ഐസ് കൊണ്ടുവന്നിരുന്നത്. ചക്രവർത്തിക്ക് ഒരു കപ്പ് ഐസ്ക്രീം നിർമിക്കാനായി നൂറുകണക്കിന് അടിമകളായിരുന്നു രാപകൽ അധ്വാനിച്ചത്.

ഏകദേശം 3000 വർഷങ്ങൾക്കു മുമ്പ് ചൈനയിലാണ് ഐസ്ക്രീം നിർമാണകല വളർന്നത്. അവിടെനിന്ന് ഇന്ത്യയിലേക്കും അറബ് നാടുകളിലേക്കും വ്യാപിക്കുകയായിരുന്നു. 1925-ൽ ചൈനാപര്യടനം കഴിഞ്ഞ് തിരിച്ചുവന്നപ്പോൾ ഐസ്ക്രീമിന്റെ വിശേഷങ്ങൾ മാർക്കോപോളോ നാട്ടുകാരോട് പുകഴ്ത്തിപ്പറഞ്ഞിരുന്നു.

1685-ൽ, ഇംഗ്ലണ്ടിലെ ചാൾസ് രാജാവ് ഒന്നാമനുമായി ഫ്രാൻസിലെ ഹെൻറി രാജാവിന്റെ പുത്രിയുടെ വിവാഹം നിശ്ചയിച്ചപ്പോഴായിരുന്നു ഇംഗ്ലണ്ടിലേക്ക് ഐസ്ക്രീം കടന്നുവന്നത്. ചാൾസിന് ഐസ്ക്രീം നന്നായി ഇഷ്ടപ്പെട്ടു. ഐസ്ക്രീം ഉണ്ടാക്കുന്നവർക്ക് പ്രത്യേകസമ്മാനവും അദ്ദേഹം വാഗ്ദാനം ചെയ്തു. ഈ കല രഹസ്യമാക്കി സൂക്ഷിക്കാൻ വേണ്ടിയായിരുന്നു ഇത്. രാജകീയ ഭക്ഷണമായി ഉപയോഗിക്കാനായിരുന്നു അദ്ദേഹത്തിന്റെ താൽപ്പര്യം. അതിനാൽ സാധാരണക്കാർക്ക് ഇത് ലഭിക്കരു

തെന്നും അദ്ദേഹം തീരുമാനിച്ചു. പക്ഷേ ഇതു സാധ്യമായില്ല. ഉണ്ടാക്കാൻ പ്രയാസമേറെയാണെങ്കിലും ജനങ്ങളും വൈകാതെ ഈ കൊതിയൂറുന്ന രുചി അനുഭവിച്ചുതുടങ്ങി.

1846-ൽ അമേരിക്കക്കാരനായ നാൻസി ജോൺസൺ കൈകൊണ്ടുപയോഗിക്കാവുന്ന ഐസ്ക്രീം നിർമാണയന്ത്രം നിർമിച്ചു. ഇരട്ട ഭിത്തിയുള്ളൊരു പെട്ടിയായിരുന്നു അത്. ഈ രണ്ടു ഭിത്തികൾക്കിടയിലും ഐസ് നിറച്ചശേഷം പെട്ടിക്കകത്ത് സൂക്ഷിച്ച ഐസ്ക്രീമിൽ കലർത്തും. 1851-ൽ ഈ സംവിധാനമുപയോഗിച്ച് ബാൾട്ടിമോർ ആദ്യത്തെ ഐസ്ക്രീംഫാക്ടറി നിർമിച്ചതോടെ ഇതു വ്യാപകമായിത്തുടങ്ങി. ഐസിൽ അൽപ്പം ഉപ്പ് ചേർത്താൽ ഊഷ്മാവ് വേഗം കുറയുകയും അതുവഴി എളുപ്പത്തിൽ ഐസ്ക്രീം ഉണ്ടാക്കാൻ സാധിക്കുകയും ചെയ്യുമെന്നും കണ്ടെത്തുകയുണ്ടായി.

20-ാം നൂറ്റാണ്ടിൽ വിപണിയിൽ വൻകുതിപ്പാണ് ഐസ്ക്രീമുകൾ നേടിയത്. പ്ലേറ്റിലോ കോണിലോ (ഇന്ന് സോഫ്റ്റി എന്നറിയപ്പെടുന്നു) വിളമ്പാവുന്ന തരത്തിലാണ് ഇപ്പോൾ. സോഫ്റ്റി ഐസ്ക്രീമുകൾ രംഗത്തെത്തിയതിനുപിന്നിൽ കൗതുകകരമായൊരു സംഗതിയുണ്ട്. 1904-ൽ, സെന്റ് ലൂയിസ് സ്ട്രീറ്റിൽ നടന്ന ഒരു മേളയിൽ ഐസ്ക്രീം വിൽപ്പനക്കാരന് പെട്ടെന്ന് ചെറിയ പ്ലേറ്റുകളുടെ ദൗർലഭ്യം പ്രശ്നമായി. ഇതു പരിഹരിക്കാൻ സമീപത്തുള്ള കടകളിൽനിന്ന് കുറച്ച് ബിസ്ക്കറ്റുകൾ വായ്പവാങ്ങി. അത് മടക്കി ഐസ്ക്രീം നിറച്ച് വിൽപ്പന തുടങ്ങി. ജനങ്ങൾക്ക് ഇതു നല്ല ഹരമായി.

1911-ലാണ് കൊള്ളികളിൽ ഐസ്ക്രീം വിൽപ്പന തുടങ്ങിയത്. ഒരു കുട്ടി ഐസ്ക്രീമും മിഠായിയും വാങ്ങാൻ തീരുമാനിച്ചു. പക്ഷേ വേണ്ടത്ര പണമില്ല. അവസാനം ഐസ്ക്രീം വാങ്ങി തൃപ്തിയടഞ്ഞു. കടക്കാരന് ഒരു ആശയം തോന്നി. കൊള്ളികളിലായി ഐസ്ക്രീം വിൽക്കാം അങ്ങനെ അതു ജനകീയമായി.

10

സുഗന്ധവസ്തുക്കൾ

ഇന്ത്യയിലെ ആദ്യ സുഗന്ധവസ്തു തയാറാക്കിയത് ആരെന്നോ? മുഗൾ ചക്രവർത്തി ജഹാംഗീറിന്റെ പത്നി നൂർജഹാൻ! ഒരു ദിവസം കൊട്ടാരത്തിലെ കുളത്തിലൂടെ ചക്രവർത്തിക്കൊപ്പം ബോട്ട് സഞ്ചാരത്തിലായിരുന്നു നൂർജഹാൻ. വെള്ളത്തിന് മുകളിൽ പൊങ്ങിക്കിടക്കുന്ന ചില എണ്ണസത്തുക്കൾ രാജ്ഞിയുടെ ശ്രദ്ധയിൽപ്പെട്ടു. ആകാംക്ഷയോടെ രാജ്ഞി ഇവ ഓരോന്നായി ശേഖരിച്ചുതുടങ്ങി. ദിവസങ്ങളോളം ഈ വസ്തുക്കളുടെ സുഗന്ധം മായാതെ നിന്നു. ഉടൻ ഇവ വെള്ളത്തിൽ നിന്ന് വേർതിരിച്ചെടുക്കാൻ രാജ്ഞി ഭൃത്യന്മാർക്ക് നിർദേശം നൽകി. അത്തർ എന്നാണിതിന്റെ പേര്.

ഇന്ത്യൻ അത്തറുകൾ പെട്ടെന്ന് ലോകത്തുടനീളം പ്രശസ്തിയാർജിച്ചു. ഈജിപ്ത്, ബാബിലോൺ, ചൈന, തിബത്ത്, ജപ്പാൻ, ഇറാൻ തുടങ്ങിയ പല രാജ്യങ്ങളും ഇന്ത്യൻ അത്തറുകൾ ഇറക്കുമതി ചെയ്യാൻ തുടങ്ങി.

ഈജിപ്ത് രാജ്ഞിയായിരുന്ന ക്ലിയോപാട്രയ്ക്ക് അത്തർ ഇഷ്ടമായിരുന്നു. സുഗന്ധമുള്ള പൂക്കളിൽനിന്ന് പിഴിഞ്ഞെ

ടുത്ത നീരായിരുന്നു അവർ ഉപയോഗിച്ചിരുന്നത്.

സാങ്കേതിക പുരോഗതിയും ക്രൂഡ് ഓയിലിന്റെ കണ്ടുപിടിത്തവുമാണ് രംഗം മാറ്റിമറിച്ചത്. ഇന്ന് അത്തറുകൾ സാങ്കേതികവിദ്യകളുപയോഗിച്ചാണ് തയ്യാറാക്കുന്നത്. പ്രകൃതിയിൽ നിന്ന് ലഭിക്കാത്ത, കൃത്രിമ സുഗന്ധങ്ങൾ ഇന്ന് ശാസ്ത്രജ്ഞന്മാർക്ക് നിർമിക്കാൻ സാധിക്കുന്നുണ്ട്. സുഗന്ധത്തിന് മാത്രമല്ല ഔഷധങ്ങൾക്കും സഹായകരമാണ് ഇന്ത്യൻ അത്തറുകൾ. അതിനാൽ അവയ്ക്ക് നല്ല ഡിമാന്റുണ്ട്. റോസാപ്പൂക്കളിൽ നിന്നും സത്തയെടുക്കാനുള്ള സംവിധാനം സെൻട്രൽ ഇൻസ്റ്റിറ്റ്യൂട്ട് ഓഫ് മെഡിസിനൽ ആന്റ് ആരോമാറ്റിക് പ്ലാന്റിനുണ്ട്. ഇത്തരം അത്തറുകൾ ശുദ്ധവും ഗുണമേന്മയുള്ളതുമാണ്.

11

കുട

കുടയുപയോഗിക്കുന്ന പുരുഷനെ പരിഹസിക്കുന്ന ഒരു കാലമുണ്ടായിരുന്നു. സ്ത്രീകളുടെ ദുരഭിമാനത്തിന്റെയും ദൗർബല്യത്തിന്റെയും അടയാളമായിട്ടായിരുന്നു കുടകൾ പരിഗണിക്കപ്പെട്ടിരുന്നത്. 16-ാം നൂറ്റാണ്ടു വരെ സ്ത്രീകൾ കുട ഉപയോഗിച്ചിരുന്നുവെങ്കിലും അന്ന് അത്ര പ്രചാരമുണ്ടായിരുന്നില്ല.

16-ാം നൂറ്റാണ്ടിൽ പുരോഹിതർ ഉപയോഗിക്കാൻ തുടങ്ങിയതോടെയാണ് കുട പ്രചാരം നേടിയത്. പക്ഷേ സാധാരണക്കാർ കുടയുപയോഗിക്കുന്നത് പോപ്പിന് ഇഷ്ടമായിരുന്നില്ല. അതിനാൽ, തന്റെ സമ്മതമില്ലാതെ ആരും കുട ഉപയോഗിക്കരുതെന്ന ഉത്തരവും അദ്ദേഹം പുറപ്പെടുവിച്ചു. സ്ത്രീകൾക്കും പുരുഷന്മാർക്കും ഈ ഉത്തരവ് ഒരുപോലെ ബാധകമായിരുന്നു. എന്നാൽ ഇംഗ്ലണ്ടിലെ സ്ത്രീകൾ ഉത്തരവിനെ മറികടന്ന് കുടയുപയോഗം തുടർന്നു. ഇതോടെ ലണ്ടൻ തെരുവുകൾ വർണക്കുടകൾകൊണ്ട് നിറഞ്ഞു.

ഇംഗ്ലണ്ടുകാരനായ ജോൺ ഹാൻവേ (1712-1786) ആണ് പുരുഷന്മാരിൽ കുടയുപയോഗം ആദ്യമായി തുടങ്ങിയത്. കറുത്ത കുടകളോടാണ് പുരുഷന്മാർക്കിഷ്ടം. വൈകാതെ അവർ കുടയുപയോഗമാരംഭിച്ചു.

ബി സി 1100-നപ്പുറത്തുനിന്നാണ് കുടയുടെ കഥയാരംഭിക്കുന്നത്. ആദ്യത്തെ കുട കണ്ടുപിടിച്ചത് ചൈനയിലാണ്. ഈജിപ്തിലെ പ്രാചീനകുടകളും ശ്രദ്ധേയമാണ്. സൂര്യനിൽനിന്നോ മഴയിൽനിന്നോ മറയായി ഉപയോഗിക്കാനുള്ളതായിരുന്നില്ല ഇവ. മറിച്ച്, രാജസിംഹാസനത്തിന്റെ ഭാഗമായിരുന്നു കുട; ആഭിജാത്യത്തിന്റെ അടയാളമായിരുന്നു. ഈജിപ്തിലെ കൊത്തുപണികളിൽ തലയിൽ കുടചൂടിയ ഫറോവമാരെ കാണാം. അവരുടെ ദൈവിക ശക്തിയുടെ ഉറവിടമായിരുന്നുവത്രെ ഈ

കുട: രാജകീയ ഉപയോഗമായിരുന്നപ്പോൾ

കുടകൾ. മുത്തും വജ്രവും പിടിപ്പിച്ച സ്വർണനിർമിത കുടകളായിരുന്നു അവ.

ചുവന്ന കുടയായിരുന്നു ജപ്പാനിലെ ചക്രവർത്തിമാരുടെ പ്രതീകം. ഈ കുട ചൂടാതെ അവർ കൊട്ടാരത്തിന് പുറത്തിറങ്ങുമായിരുന്നില്ല. ഇന്ത്യയിലെ രാജകീയകുടയും പ്രസിദ്ധമാണ്. വിജയത്തിന്റെ അടയാള മായിട്ടാണ് രാജസൈനികർ കുട ഉയർത്തിയിരുന്നത്. കുടയില്ലാതെയാണ് യുദ്ധത്തിൽനിന്ന് മടങ്ങിയതെങ്കിൽ തോറ്റു എന്നാണർഥം.

ഇന്ന് പ്രൗഢിയെന്നതിലപ്പുറം അവശ്യവസ്തുവാണ് കുട. ജാതി-മതഭേദമന്യേ ലോകത്ത് ജനങ്ങളെല്ലാം കുട ഉപയോഗിക്കുന്നവരാണ്.

12

ചീട്ടുകളി

എങ്ങനെ, എപ്പോൾ, എവിടെവച്ചാണ് ചീട്ടുകളി ആരംഭിച്ചതെന്നത് അജ്ഞാതമാണ്. ചരിത്രത്തിൽ അവയെക്കുറിച്ചുള്ള പരാമർശങ്ങൾ കാണുന്നില്ലെങ്കിലും, ചൈനയിലാണ് ഇതിന്റെ ഉറവിടമെന്ന് വിശ്വസിക്കുന്നവരുണ്ട്. തന്റെ പ്രിയപ്പെട്ടവരെ സന്തോഷിപ്പിക്കാൻ ഒരു ചൈനീസ് ചക്രവർത്തിയാണത്രെ ഇതു കണ്ടെത്തിയത്. പിന്നീട് ഈ കളി ലോകത്ത് വ്യാപിച്ചുവന്നു.

1400 എ ഡിയിലെ ചൈനീസ് പ്ലേയിങ് കാർഡ്

ചീട്ടുകളി ദുശ്ശകുനമായി കരുതപ്പെട്ടിരുന്ന ഒരു കാലമുണ്ടായിരുന്നു. പുരോഹിതന്മാർ ഇതിനെതിരെ പ്രചാരണം നടത്തിയിരുന്നു. കൊളംബസ് കപ്പലിൽ സഞ്ചരിച്ചുകൊണ്ടിരിക്കേ, പെട്ടെന്ന് ശക്തമായ കാറ്റ് കപ്പലിനെ ഉലച്ചു. ചീട്ടുകളിമൂലം ദൈവം ശിക്ഷയ്ക്കിറങ്ങുകയാണ് എന്നായിരുന്നു അവരുടെ വിശ്വാസം. അവർ കൈകളിലുണ്ടായിരുന്ന ചീട്ടുകൾ മുഴുവൻ വലിച്ചെറിഞ്ഞു. ഭാഗ്യമെന്ന് പറയാം, കപ്പൽ സൻസൽവദോറിൽ നങ്കൂരമിട്ടു.

1942-ൽ അമേരിക്കയും വടക്കേ ആഫ്രിക്കയും തമ്മിൽ യുദ്ധം ചെയ്യുകയായിരുന്നു. ഒരു ദിവസം, അമേരിക്കൻ സൈന്യം ആക്രമണത്തിനൊരുങ്ങുമ്പോൾ കടുത്ത മൂടൽമഞ്ഞ് അവർക്ക്

മുന്നിൽ തടസം തീർത്തു. അന്ന് ഐസനോവറായിരുന്നു യു എസ് സൈന്യാധിപൻ. സമയം പോക്കാനായി അദ്ദേഹം ഭടന്മാർക്കൊപ്പം ചീട്ടു കളിച്ചിരുന്നു. പ്രസിഡന്റായതിനു ശേഷവും അദ്ദേഹം കളിനിർത്തിയില്ല. ചീട്ടുകളിയിൽ ടൂർണമെന്റ് നടത്തിയിരുന്നുവെങ്കിൽ അദ്ദേഹം ലോക ചാമ്പ്യനായിത്തീർന്നിരുന്നേനെ.

പണ്ട്, ചീട്ടുകളിയിൽ, ഗുലാന്റെയോ, രാജാവിന്റെയോ റാണിയുടെയോ ചിത്രങ്ങളുണ്ടായിരുന്നില്ല. ചിത്രങ്ങളുള്ള ചീട്ടുകളുടെ ഉത്ഭവം ഫ്രാൻസിൽ നിന്നാണ്. നാല് രാജാക്കന്മാരാണുണ്ടായിരുന്നത്. 'ഇസ്പേഡി'ന്റെ രാജാവായ ദാവീദ്, 'ക്ലാവറി'ന്റെ രാജാവായ അലക്സാണ്ടർ, വജ്രങ്ങളുടെ (ആടുതൻ) രാജാവായ ജൂലിയസ് സീസർ, ഹൃദയങ്ങളുടെ രാജാവായ ചാർലമഗൻ.

അന്ധവിശ്വാസങ്ങൾ നിറഞ്ഞതാണ് ചീട്ടുകളി. ഇസ്പേഡിന്റെ പുള്ളിയുള്ള ഭാഗം നിലത്ത് വീഴുകയോ, നിങ്ങളുടെ കൈമുട്ടുകൊണ്ട് അതിലെ ചെകുത്താനെ ഒന്ന് സ്പർശിക്കുകയോ ചെയ്താൽ, അത് ദുശ്ശകുനമായാണ് കരുതപ്പെടുക.

ഇന്ന് ചീട്ടുകളി പണമുണ്ടാക്കാനുള്ള മാർഗം കൂടിയാണ്. വടക്കേ അമേരിക്കയിൽ കറൻസിയാരംഭിച്ചത് ചീട്ടുകളിയിലൂടെയാണെന്ന് കേൾക്കുമ്പോൾ വിചിത്രമായിത്തോന്നാം. ചീട്ടിലെ അക്കങ്ങൾ തന്നെയായിരുന്നു കറൻസിയിലും ഉപയോഗിച്ചിരുന്നത്.

13

കുടുക്കുകൾ (ബട്ടനുകൾ)

കുടുക്കില്ലാത്ത കുപ്പായം സങ്കൽപ്പിക്കാനാവുമോ? കാഴ്ചയിൽ ചെറുതെങ്കിലും നമ്മുടെ ജീവിതത്തിൽ പ്രധാനപങ്കുണ്ടവയ്ക്ക്.

ബി സി 300 തൊട്ടുതന്നെ കുടുക്കുകൾ ഉപയോഗിച്ചു തുടങ്ങിയിട്ടുണ്ട്. അന്ന് ദ്വാരമില്ലാതെയായിരുന്നു അവ ഉപയോഗിച്ചത്. കുപ്പായങ്ങളിൽ റിബണുകളിലായാണ് അവ ഘടിപ്പിക്കുക. രാജകുടുംബത്തിലെയോ സമ്പന്നകുടുംബത്തിലെയോ ആളുകൾമാത്രമേ അന്ന് വസ്ത്രങ്ങളിൽ കുടുക്ക് വെച്ചിരുന്നുള്ളു. കാലക്രമേണ സാധാരണക്കാർക്കിടയിലും ഇതു വ്യാപിച്ചു.

സമ്പന്നരുടെയും ദരിദ്രരുടെയും കുടുക്കുകൾക്ക് അന്ന് വലിയ വ്യത്യാസമുണ്ടായിരുന്നു. സമ്പന്നർ സ്വർണ–വജ്ര നിർമിത കുടുക്കുകളായിരുന്നു ഉപയോഗിച്ചതെങ്കിൽ മരത്തിന്റെയും എല്ലിന്റെയും കഷ്ണങ്ങൾ കൊണ്ട് നിർമിച്ചതായിരുന്നു ദരിദ്രരുടേത്. 13600 സ്വർണക്കുടുക്കുകൾ കൊണ്ട് അലങ്കരിച്ച ഒരു പ്രത്യേകവസ്ത്രം ഫ്രാൻസിലെ ഫ്രാൻസിസ് ഒന്നാമൻ രാജാവിനുണ്ടായിരുന്നത്രെ!

18–ാം നൂറ്റാണ്ടിലെ പരുന്തിന്റെ ചിഹ്നമുള്ള അമേരിക്കൻ മിലിറ്ററി ബട്ടൻസ്

പിന്നീട് സ്വർണം, വെള്ളി,

ചെമ്പ്, ആനക്കൊമ്പ്, മരങ്ങൾ, കല്ലുകൾ മുതലായവ കുടുക്കുകൾ നിർമി ക്കാൻ ഉപയോഗിച്ചു. ആകർഷകമായ കൊത്തുപണികൾ നടത്തിയപ്പോൾ അവയ്ക്ക് ഭംഗിയേറി. ഇവയിൽ പിച്ചളക്കുടുക്കുകളാണ് ജനകീയമായ ത്. പട്ടാളക്കാരുടെ യൂണിഫോമുകളിൽ രാജാക്കന്മാരുടെയും രാജ്ഞി കളുടെയും ചിഹ്നം പതിച്ച കുടുക്കുകളാണ് ഉപയോഗിച്ചിരുന്നത്.

പിന്നീടാണ് വ്യവസായ വിപ്ലവം നടക്കുന്നത്. ഇതേത്തുടർന്ന് കുടു ക്കുകൾ വൻതോതിൽ യന്ത്രങ്ങളിൽ നിർമിച്ചു തുടങ്ങി. ഇംഗ്ലണ്ടിലെ മാത്യു ബോൾട്ടൺ ആണ് ആദ്യമായി യന്ത്രത്തിൽ കുടുക്കു നിർമിച്ചത്. ആദ്യത്തിൽ പ്രതികരണം നല്ലതായിരുന്നില്ല. കാരണം ചെലവേറിയതാ യിരുന്നു ഇവ. പിന്നീട് വിലകുറഞ്ഞപ്പോഴാണ് ഇവ ജനകീയമായത്.

ശാസ്ത്രസാങ്കേതിക രംഗത്തെ ഉയർച്ച കുടുക്കുനിർമാണം പൂർണ മായും മാറ്റിമറിച്ചു. സ്വയം പ്രവർത്തന യന്ത്രങ്ങളുടെ കണ്ടുപിടിത്തങ്ങ ളോടെ ഒറ്റദിവസംകൊണ്ടുതന്നെ ആയിരക്കണക്കിനു കുടുക്കുകൾ നിർമി ക്കാൻ സാധിച്ചു. ഈ യന്ത്രങ്ങളുടെ സഹായത്തോടെയാണ് ഇന്ന് വില കുറഞ്ഞതും ഈടുറ്റതുമായ സെല്ലുലോയ്ഡ്, പ്ലാസ്റ്റിക്ക് കുടുക്കുകൾ രംഗത്തെത്തിയത്.

ഇന്ന് കുടുക്കുനിർമാണം ഒരു കരകൗശലം മാത്രമല്ല, വലിയൊരു വ്യവസായം കൂടിയാണ്.

14

ബാസ്കറ്റ്, ബാഗ്, സ്യൂട്ട്കേസ്

ഒരേ ലക്ഷ്യത്തിനായി ഉപയോഗിക്കുന്ന മൂന്ന് ഇനങ്ങളാണിവ. ഇവയിൽ ആദ്യം കണ്ടെത്തിയതേതാണെന്ന് പറയാൻ കഴിയില്ല.

ബാസ്കറ്റുകളും ബാഗുകളും ഏതാണ്ട് ഒരേകാലത്താണ് കണ്ടെത്തിയത്. സാധനങ്ങൾ വഹിച്ചുകൊണ്ടുപോകാൻ പുരുഷന്മാർക്ക് ബാഗുകൾ ആവശ്യമാണെന്നതുപോലെ വസ്തുക്കൾ സൂക്ഷിക്കാൻ സ്ത്രീകൾക്ക് ബാസ്കറ്റുകളും വേണം. പൗരാണിക ഗ്രീക്കുകാരും റോമക്കാരും കൈകൊണ്ട് മനോഹരമായ ബാഗുകളും ബാസ്കറ്റുകളും നിർമിച്ചിരുന്നു. അക്കാലത്ത് ഹാൻഡ്ബാഗുകൾ മാത്രമേ ഉപയോഗത്തിലുണ്ടായിരുന്നുള്ളൂ.

മധ്യകാലഘട്ടത്തിൽ സ്ത്രീകളും ഹാൻഡ്ബാഗ് ഉപയോഗിക്കാൻ തുടങ്ങി. ആദ്യം ഉപയോഗപ്രദമായ വസ്തുവായിരുന്ന ഇത് പിന്നീട് ഫാഷന്റെ പ്രതീകമായി മാറി. ഇന്ന് ഹാൻഡ് ബാഗില്ലാത്ത സ്ത്രീകൾ വിരളമാണ്. അക്കാലത്ത് തുകലിന്റെയും തുണിയുടെയും നിർമിതങ്ങളായ ബാഗുകളുണ്ടായിരുന്നു. തുണിബാഗുകൾക്ക് മനോഹരമായ എംബ്രോയ്ഡറി നൽകി അലങ്കരിച്ചിരിക്കും.

19-ാം നൂറ്റാണ്ടിലാണ് സ്യൂട്ട്കേസിന്റെ കഥയാരംഭിക്കുന്നത്. ഇംഗ്ലണ്ടിൽ വിക്ടോറിയ രാജ്ഞിയുടെ കാലത്ത്, പ്രധാനമന്ത്രി ഡബ്ല്യു ഇ ഗ്ലാഡ്സ്റ്റണായിരുന്നു തുകൽ സ്യൂട്ട്കേസ് ഉപയോഗിച്ച ആദ്യവ്യക്തി.

ഗ്ലാഡ്സ്റ്റൺ ധാരാളം യാത്ര ചെയ്യുമായിരുന്നു. അതിൽ തന്റെ അവശ്യവസ്തുക്കൾ വഹിക്കാൻ ഒരു സ്യൂട്ട്കേസിന് അദ്ദേഹം കൽപ്പന നൽകി. സ്യൂട്ട്കേസിന് വ്യത്യസ്ത അറകളുണ്ടായിരുന്നു. ഒന്ന് വെടിപ്പുള്ള വസ്ത്രങ്ങൾക്കും, മറ്റൊന്ന് മുഷിഞ്ഞ വസ്ത്രങ്ങൾക്കും. സ്യൂട്ട്കേസുകൾ വിജയകരമായപ്പോൾ പിറകെ വലിയ ഇരുമ്പുപെട്ടികളും രംഗത്തെത്തി. ആവശ്യത്തിനുവേണ്ടതെല്ലാം ഉൾക്കൊള്ളിക്കാമെന്നതിനാൽ യാത്രാവേളകളിൽ ഇത് ഒരു ഫാഷനായി മാറി.

പ്രശസ്ത ഹോളിവുഡ് താരമായ എലിസബത്ത് ടെയ്‌ലർ യാത്രയിൽ വലിയ പത്ത് ഇരുമ്പുപെട്ടികൾ കൊണ്ടുപോകുമായിരുന്നത്രെ. ഒരു യാത്രയിൽ ഉണ്ടായിരുന്ന ബാഗുകളും സ്യൂട്ട്കേസുകളും എത്രയെന്നോ? 128!

വ്യോമയാത്ര ആരംഭിച്ചപ്പോൾ, ഇത്തരം കൂറ്റൻ ലഗേജുകൾ വഹിക്കുക പ്രയാസമായിത്തീർന്നു. എയർബാഗുകളെന്നറിയപ്പെടുന്ന ഭാരം കുറഞ്ഞ, ചെറിയ ബാഗുകൾ ഇന്ന് വിപണിയിലുണ്ട്. വിശാലവും ലഘുവുമാണിത്തരം ബാഗുകൾ. ധാരാളം വസ്തുക്കൾ നിറയ്ക്കാൻ കഴിയുന്ന ഭാരംകുറഞ്ഞ സ്യൂട്ട്കേസുകളും ഇന്ന് ലഭ്യമാണ്. സ്യൂട്ട്കേസുകളുടെ ചെറിയ പതിപ്പുകളാണ് ബ്രീഫ്കേസുകൾ. രേഖകൾ സൂക്ഷിക്കാനായി ബിസിനസുകാർ സാധാരണ ഇതാണുപയോഗിക്കുന്നത്. സ്യൂട്ട്കേസില്ലാത്ത ബിസിനസുകാരെയോ, ഹാൻഡ്ബാഗില്ലാത്ത സ്ത്രീകളെയോ ഇന്ന് കാണാൻ കഴിയില്ല.

15

ച്യൂയിങ് ഗം

ആയിരത്തി എണ്ണൂറ്റി എൺപത്തിആറിൽ ആഭ്യന്തരയുദ്ധത്തെത്തുടർന്ന് മെക്സിക്കോയിലെ ഏകാധിപതിയായിരുന്ന ജനറൽ സാൻതഅന്ന നാട്ടിൽനിന്നും ഓടിപ്പോയി. ധൃതിയിൽ തന്റെ സ്വത്തുക്കളെല്ലാം വാരിയെടുത്താണ് അദ്ദേഹം മുങ്ങിയത്. പക്ഷേ ഇത്തരമൊരു പ്രതിസന്ധിഘട്ടത്തിലും ഒരു മെക്സിക്കൻ മരത്തിൽ നിന്നുണ്ടാക്കിയ കട്ടികൂടിയ വെളുത്ത നീരിൽ നിർമിതമായ പശ അദ്ദേഹം ഓർത്തു. വിപൽഘട്ടങ്ങളിൽ ഇത്തരം പശ ചവയ്ക്കുന്നത് മെക്സിക്കോക്കാരുടെ പാരമ്പര്യമാണ്. ന്യൂയോർക്കിലെ സ്റ്റാറ്റൺ ദ്വീപിലാണ് സാൻത അഭയം തേടിയത്.

ഏതാനും മാസങ്ങൾ പിന്നിട്ടപ്പോൾ അദ്ദേഹം സ്വദേശത്തേക്ക് തിരിച്ചു. ആ വെളുത്ത പശ അദ്ദേഹത്തിന്റെ അടിവസ്ത്രത്തിൽ ഒട്ടിപ്പിടിച്ചിരുന്നു. ശാസ്ത്രജ്ഞനായ തോമസ് ആഡംസ് ഇതു കണ്ടെത്തി. അന്ന ചവച്ചതാണ് ഈ പശയെന്ന് കേട്ടപ്പോൾ അദ്ദേഹത്തിന് വിശ്വസിക്കാനായില്ല. ഇതിൽ വലിച്ചു നീട്ടാൻ കഴിയുന്ന വസ്തു എന്താണെന്ന് അദ്ദേഹത്തിന് മനസിലാക്കാനാവുന്നില്ല! ഒരു പുതിയ തരം റബർ ഉണ്ടാക്കാൻ അദ്ദേഹം ശ്രമിച്ചെങ്കിലും വിജയിച്ചില്ല. പല പരീക്ഷണങ്ങളും ചെയ്തുനോക്കിയെങ്കിലും നിഷ്ഫലമായിരുന്നു അവ. ഒടുവിൽ അദ്ദേഹം ഇത് തിളപ്പിച്ച്, കൊള്ളിക്കഷണങ്ങളിൽ ചേർത്ത് പലഹാരക്കടകളിൽ നൽകി. വൻ വിജയമായിരുന്നു ഫലം.

തന്റെ വലിയൊരു ഭാഗ്യമായാണ് ആഡംസ് ഇതു തിരിച്ചറിഞ്ഞത്. വൈകാതെ ഇത്തരം ആയിരക്കണക്കിന് ച്യൂയിങ്ഗമ്മുകൾ നിർമിക്കുന്ന ഒരു യന്ത്രം കണ്ടുപിടിച്ചു.

ഉടനെ നിരവധി വ്യവസായികളും ഈ രംഗത്തേക്ക് കാലെടുത്തുവച്ചു. വിവിധതരം നിറങ്ങളും രുചികളും പരീക്ഷിക്കപ്പെട്ടു. ആകർഷക

മായ കവറുകൾ രംഗത്തെത്തി. ചുരുങ്ങിയ കാലംകൊണ്ട് ച്യൂയിങ് ഗമ്മുകൾ കൊണ്ട് വിപണി നിറഞ്ഞു. ചാൾസ് ഫ്ളിന്റ് എന്ന വ്യക്തി ഒരു ച്യൂയിങ് ഗം ട്രസ്റ്റ് രൂപീകരിച്ചു. ആറ് കമ്പനികളാണിതിൽ ചേർന്നത്. വലിയതോതിൽ വിപണിയിൽ അവ പ്രസിദ്ധിയാർജിച്ചു.

പക്ഷേ, വില്യം റിഹ്‌ലിയെന്ന വ്യാപാരി ഇതിൽ ചേരാൻ തയാറായില്ല. റിഹ്‌ലി എന്ന പേരിൽ അദ്ദേഹം തന്നെ ച്യൂയിങ് ഗം നിർമിച്ചു തുടങ്ങി. വൻ പരസ്യമാണ് അദ്ദേഹം ഇതിന് നൽകിയത്. ഒരു വേള, ആകെയുള്ള ച്യൂയിങ് ഗം വിപണിയുടെ 70 ശതമാനവും അദ്ദേഹം കൈയടക്കിയിരുന്നു.

ഇന്ന് ച്യൂയിങ് ഗം ലോകത്തുടനീളം പ്രചുരപ്രചാരം നേടിക്കഴിഞ്ഞു. ഓരോ അമേരിക്കക്കാരനും പ്രതിവർഷം 100 ച്യൂയിങ്ഗം ഉപയോഗിക്കുന്നുവെന്ന് ചില കണക്കുകൾ പറയുന്നു. രണ്ടാം ലോകമഹായുദ്ധകാലത്ത് ഒരുവർഷം 3000 ച്യൂയിങ്ഗം ആണ് സൈനികർ ചവച്ചിരുന്നത്. ജീവിതത്തിലൊരിക്കലെങ്കിലും ഇതു ചവയ്ക്കാത്തവർ വിരളമാണെന്ന് പറയുമ്പോൾ ച്യൂയിങ് ഗം നേടിയ ജനകീയതയാണ് കാണിക്കുന്നത്.

16

കയർ

ഇന്ത്യൻ കയർവിദ്യ ലോകപ്രശസ്തമാണ്. മാന്ത്രികൻ ഒരു കയർ വായുവിലെറിയുന്നു. കയർ നിലത്ത് വീഴാതെ വടിപോലെ വായുവിൽ നിൽക്കുന്നു. ഒരാൾ ഈ കയറിലൂടെ മുകളിലേക്ക് കയറി പെട്ടെന്ന് വായുവിൽ അപ്രത്യക്ഷനാകുന്നു. ദീർഘനേരം കഴിഞ്ഞു തിരിച്ചുവരാതിരിക്കുമ്പോൾ, കത്തി കടിച്ചുപിടിച്ച് കൊണ്ട് മാന്ത്രികൻ ഈ കയറിൽ കയറിപ്പോകുന്നു. അൽപ്പനിമിഷത്തിനുശേഷം, ആദ്യം കയറിപ്പോയ ആളുടെ രക്തം നിറഞ്ഞ ശരീരഭാഗങ്ങൾ നിലത്ത് വീഴുന്നു. മാന്ത്രികൻ കയറിൽ നിന്ന് ഇറങ്ങിവരുന്നു.

പിന്നീട് കാണികൾക്കിടയിൽ നിന്ന് അയാൾ അരങ്ങത്ത് പ്രത്യക്ഷപ്പെടുന്നു. കാതടപ്പിക്കുന്ന കരഘോഷം മുഴങ്ങുന്നു. കയർ വീണ്ടും അപ്ര

ത്യക്ഷമാകുന്നു. ലോകത്തെ ഒരു മാന്ത്രികനും, ഈ പ്രസിദ്ധമായ ഇന്ത്യൻ ഞാണിന്മേൽ കളിയുടെ രഹസ്യം കണ്ടെത്താനായിട്ടില്ല. പക്ഷേ ഒരു കാര്യം തീർച്ചയാണ്. ആധുനികകാലത്തെ ദുർബലമായ നൈലോൺ കയറുകൊണ്ടൊന്നും ഈ വിദ്യകാണിക്കാനാവില്ല. ബലമേറിയ ഇന്ത്യൻ ചണനൂല് കൊണ്ടേ ഈ വിദ്യ കാണിക്കാനാകൂ.

ശിലായുഗത്തിലാണ് ചണനൂൽ കണ്ടുപിടിക്കുന്നത്. അക്കാലത്ത്, മരത്തിന്റെ നേരിയ ചില്ലുകൾ ചേർത്തുവച്ചാണ് ഇത് നിർമിച്ചിരുന്നത്. മൃഗങ്ങളെ പിടികൂടാനും, മത്സ്യം പിടിക്കാനുമൊക്കെ ഇവ ഉപയോഗിച്ചിരുന്നു. നാഗരികതകൾ വളർന്നതോടെ കയറിന്റെ ഉപയോഗവും പെരുകി. കെട്ടിടങ്ങളുടെയും പാലങ്ങളുടെയും നിർമാണത്തിനും, കട്ടിൽ മുതലായവയുടെ നിർമാണത്തിനും കയർ ഉപയോഗിച്ചു പോന്നു.

ഈജിപ്തിലെ പ്രശസ്തമായ പിരമിഡുകളുടെ നിർമാണത്തിൽ കയറുകളുടെ പങ്കുണ്ട്. കയറില്ലായിരുന്നുവെങ്കിൽ എവറസ്റ്റ് കീഴടക്കാൻ പർവതാരോഹകർക്ക് സാധിക്കുമായിരുന്നില്ല.

ഒരിക്കൽ ഏഷ്യയും യൂറോപ്പും കയർകൊണ്ട് ബന്ധിക്കപ്പെട്ടിരുന്നുവെന്ന് നിങ്ങൾക്കറിയാമോ? മുന്നൂറോളം ബോട്ടുകൾ കയറിൽ ബന്ധിച്ചപ്പോൾ പേർഷ്യക്കും ഗ്രീസിനുമിടയിൽ ഒരു പാലം പോലെയായി മാറി. ഈ പാലം വഴിയാണ് പേർഷ്യൻ രാജാവ് സെർസസ് ഗ്രീസ് ആക്രമിച്ചത്. പക്ഷേ അദ്ദേഹം യുദ്ധത്തിൽ പരാജിതനായി. ഗ്രീക്ക് ഭടന്മാർ ആ പാലം തകർത്തു. കയറിന്റെ ബലം അത് പിരിച്ച രീതിയെ ആശ്രയിച്ചാണിരിക്കുന്നത്. ബലമേറിയ ഒരു കയറുണ്ടാക്കാൻ നിരവധി ചെറിയ കയറുകൾ പിരിച്ചുകെട്ടും. മുമ്പ്, കൈകൊണ്ടാണ് കയറുകൾ നിർമിച്ചിരുന്നത്. വ്യവസായ വിപ്ലവത്തിനുശേഷം കയറുകൾ യന്ത്രങ്ങളിൽ നിർമിച്ചു തുടങ്ങി. മുമ്പ് ഏറെ ദൂരം നടന്നാണ് മനുഷ്യർ കയർ പിരിക്കാറുണ്ടായിരുന്നത്. വലിയ ഷെഡുകളിൽ വച്ചായിരുന്നു കയറുകൾ മെടഞ്ഞിരുന്നത്. ലോകത്തെ ഏറ്റവും നീളമേറിയ കയർ 11.5 മൈൽ ദൈർഘ്യമുള്ളതാണ്. ഇന്ന് നിരവധി ആവശ്യങ്ങൾക്ക് വേണ്ടിയുള്ള കയറുകൾ ലഭ്യമാണ്.

17

പകിടകളി

പൗരാണിക നാഗരികതകളുടെ കാലംതൊട്ടേ പകിടകളി ജീവിതത്തിന്റെ ഭാഗമായിത്തീർന്നിട്ടുണ്ട്. വിവിധ രൂപത്തിലുള്ള പകിടകളുണ്ടായിരുന്നു. ചതുരത്തിലും ഷഡ്ഭുജത്തിലും നിർമിക്കപ്പെട്ടവയായിരുന്നു അക്കാലത്തുണ്ടായിരുന്നത്. ചില പകിടകളുടെ രൂപം പിരമിഡിന്റെ മാതൃകയിലായിരുന്നു.

ഈജിപ്തിൽ നടത്തിയ ഉൽഖനനത്തിൽ ബി സി 2000 ത്തിലെ പകിട കണ്ടെത്തിയിട്ടുണ്ട്. ചൈനയിൽ ബി സി 600 കാലത്ത് ഇവ നിലവിലുണ്ടായിരുന്നു. *ഋഗ്വേദ*ത്തിലും പകിടയെക്കുറിച്ച് പരാമർശമുണ്ട്. പകിടകളിയെ അടിസ്ഥാനമാക്കിയുള്ളതാണ് *മഹാഭാരതം*. പകിടയില്ലായിരുന്നുവെങ്കിൽ *മഹാഭാരത*മോ *ഭഗവദ്ഗീത*യോ ഉണ്ടാകുമായിരുന്നില്ലെന്നർഥം.

ഒറ്റയായും ഇരട്ടയായും പകിടകളിക്കാം. അഞ്ച് പകിടകൾവരെ ഉപയോഗിക്കുന്ന കളികളുണ്ട്. പുഡോ, ഏണിയും പാമ്പും തുടങ്ങിയ കുട്ടിക്കളിയിലെല്ലാം പകിടയുണ്ട്. കമ്പ്യൂട്ടറുകളുടെ കാലത്തും പകിട പഴഞ്ചനായി മാറിയില്ല. ഇന്നും പല കുട്ടികളും (മുതിർന്നവരും) പകിട കളിക്കുന്നുണ്ട്.

18

സിഗരറ്റ്

പുകവലി ആരോഗ്യത്തിന് ഹാനികരം. എല്ലാ സിഗരറ്റ് പാക്കുകളിലും നമുക്ക് കാണാൻ കഴിയുന്ന നിയമപരമായൊരു മുന്നറിയിപ്പാണിത്. എന്നിട്ടും സിഗരറ്റ് നമ്മോടൊപ്പംതന്നെയുണ്ട്. 1518-ൽ മെക്സിക്കോയിലാണ് സിഗരറ്റ് കണ്ടെത്തിയത്. ടുബാക്കോനിറച്ച പൊള്ളയായ മുളന്തണ്ടുകളിലായിരുന്നു അന്നത്തെ സിഗരറ്റുകൾ.

1853-ലെ ക്രിമിയൻ യുദ്ധവേളയിൽ ഇംഗ്ലീഷ്സേന ഒരു റഷ്യൻ ട്രെയിൻ ആക്രമിച്ചു. വീട്ടുനിർമിതങ്ങളായ നിരവധി സിഗരറ്റുകൾ കടത്തിക്കൊണ്ടുപോകുകയായിരുന്നു ആ ട്രെയിനിലെ റഷ്യക്കാർ. ഇംഗ്ലീഷുകാർ അവ തട്ടിയെടുത്ത് ലണ്ടനിലേക്ക് കൊണ്ടുവന്നു. ഇവ ഇംഗ്ലണ്ടിൽ വളരെ ജനകീയമായിത്തീർന്നു. പല ടു ബാക്കോ വിൽപ്പനക്കാരും ഈയവസരം മുതലെടുത്ത് സിഗരറ്റ് നിർമാണക്കമ്പനികൾ തുടങ്ങി. വൈകാതെ ന്യൂയോർക്കും ഇതര യൂറോപ്യൻ നഗരങ്ങളും സിഗരറ്റ് വ്യവസായത്തിൽ പ്രവേശിച്ചു.

1890-ൽ, വിർജിനിയയിലെ ജെയിംസ് ആൽബർട്ട് ബോൺസാക്, ചെറുതായി മടക്കിയ കടലാസുകളിൽ ടുബാക്കോ നിറയ്ക്കാൻ കഴിയുന്ന ഒരു യന്ത്രം നിർമിച്ചു. പിന്നീട് ഈ കടലാസുകൾ സിഗരറ്റുകളുടെ രൂപത്തിൽ മുറിച്ചെടുക്കും. സൗകര്യപ്രദവും ചെ

ലവുചുരുങ്ങിയതുമാണീ സിഗരറ്റുകൾ. ഇന്ന് സിഗരറ്റ് യൂറോപ്പിലാകമാനം പ്രചാരം നേടിക്കഴിഞ്ഞിട്ടുണ്ട്. പക്ഷേ പുകവലിമൂലം ജനങ്ങളുടെ ആരോഗ്യം മോശമായിത്തുടങ്ങി. ജനങ്ങൾക്ക് വിട്ടുമാറാത്ത ചുമ ബാധിച്ചു. ഡോക്ടർമാർ smokers cough എന്നാണിതിന് പേര് വിളിക്കുന്നത്. ഇതുമൂലം സിഗരറ്റിന്റെ വിൽപ്പന അൽപ്പകാലത്തേക്ക് താഴ്ന്നു. അപ്പോഴാണ് ഫിൽട്ടർ സിഗരറ്റുകൾ കണ്ടുപിടിച്ചത്. സിഗരറ്റിനെക്കാൾ താരതമ്യേന സുരക്ഷിതമായിരുന്നു ഇത്.

ലോറിലാർഡ് കമ്പനിയാണ് ആദ്യമായി സിഗരറ്റ് നിർമിച്ചത്. ഫിൽട്ടർ സിഗരറ്റ് നിർമിക്കുന്ന കമ്പനികൾ മെല്ലെ സിഗരറ്റ് വ്യവസായത്തിന്റെ അർധഭാഗം നിയന്ത്രണത്തിലാക്കി. എന്തുപറഞ്ഞാലും സിഗരറ്റ് ആരോഗ്യത്തിന് ഹാനികരം തന്നെയാണ്. തൊണ്ട, ശ്വാസകോശം, വായ് തുടങ്ങിയ അവയവങ്ങളിലെ കാൻസറിന് ഇതു കാരണമാകാറുണ്ട്.

എന്തു കൊണ്ടാണ് ആളുകൾ പുകവലിക്കുന്നത്? സിഗരറ്റിലടങ്ങിയ നിക്കോട്ടിൻ അഡിക്ഷൻ ഉണ്ടാക്കുകയാണെന്ന് ശാസ്ത്രപഠനങ്ങൾ വെളിപ്പെടുത്തുന്നു. ഇതിനെത്തടയാൻ സാധാരണ പുകവലിക്കാർക്കു സാധ്യമല്ലതന്നെ! പുകവലിയുപേക്ഷിക്കുന്നത് വിഷമംപിടിച്ചൊരു പണി തന്നെയാണ്. മാർക്ക്ട്വയിൻ പറഞ്ഞതുപോലെ 'പുകവലി ഉപേക്ഷിക്കുന്നതിനെക്കാൾ വലിയൊരു പ്രയാസമില്ല. ഞാനിത് മനസിലാക്കുന്നതിന് കാരണമുണ്ട്, പലവട്ടം ഞാൻ പുകവലി നിർത്തിയിട്ടുണ്ട്.'

19

ഗേറ്റ്, വാതിൽ

റോമിലെ ഒരു ആരാധനാലയത്തിന് വെങ്കലനിർമിതമായ വാതിലുണ്ടായിരുന്നു. 1800 വർഷം പഴക്കമുണ്ടെങ്കിലും ബലമേറിയതും പുതുമ നഷ്ടപ്പെടാത്തതുമായിരുന്നു അത്. നിറയെ കൊത്തുപണികൾ തീർത്ത ശക്തിയേറിയൊരു പടിവാതിലുണ്ടായിരുന്നു ഇറ്റലിയിലെ ഫ്ളോറൻസ് ചർച്ചിൽ. 27 വർഷത്തെ അധ്വാനം കൊണ്ടായിരുന്നു പ്രശസ്ത കലാകാരൻ ലോറെൻസോ ഹിതബർട്ടി ഈ കൊത്തുപണികൾ നടത്തിയത്. ലോറെൻസൊയുടെ ഈ സൃഷ്ടിയിൽ മൈക്കൽ ആഞ്ചലോ പോലും ആശ്ചര്യപ്പെട്ടിട്ടുണ്ട്. 'സ്വർഗത്തിലേക്കുള്ള കവാടം' എന്നായിരുന്നു അദ്ദേഹം ഇതിനെ വിശേഷിപ്പിച്ചത്.

ഇറ്റലിയിലെ ഫ്ളോറൻസ് ചർച്ചിന്റെ പടിവാതിൽ

മനുഷ്യൻ സ്വകാര്യത തേടിത്തുടങ്ങിയപ്പോഴായിരുന്നു വാതിലുകൾ ഉണ്ടായത്. ഗുഹാവാസികൾപോലും തങ്ങളുടെ താമസസ്ഥലങ്ങളിൽ മൃഗത്തോൽകൊണ്ടോ, മരക്കമ്പുകൊണ്ടോ മറച്ചിരുന്നു. ഇവർ ദീർഘകാലം ജീവിച്ചിരുന്നുവെങ്കിൽ ഗുഹാമുഖങ്ങളിൽ വലിയ കല്ലുകൾ കൊണ്ടുതന്നെ മൂടുമാ

യിരുന്നു. പിന്നീട് മനുഷ്യൻ കുടിലുകളിൽ താമസമാരംഭിച്ചപ്പോൾ പ്രധാന കവാടങ്ങളിൽ തുണികൊണ്ടോ, പായകൊണ്ടോ മറയുണ്ടാക്കിത്തുടങ്ങി. വീടുകൾ ഭദ്രമായതോടെ മരവാതിലുകളും സാർവത്രികമായി. ഇരുമ്പുവാതിലുകൾ പ്രധാനമായും ജയിലുകൾക്കോ, പ്രധാന സുരക്ഷിതസ്ഥലങ്ങൾക്കോ ആയിരുന്നു ഉപയോഗിച്ചിരുന്നത്.

മധ്യകാലഘട്ടങ്ങളിൽ കൊത്തുപണികളടങ്ങിയ മനോഹരമായ വാതിലുകൾ രംഗത്തെത്തി. പ്രധാന വാതിലുകൾ വീട്ടുടമസ്ഥന്റെ പ്രതാപത്തിന്റെ അടയാളമായി മാറി. ഇരുമ്പു കൊണ്ടായിരുന്നു കോട്ടകളുടെ പ്രധാനവാതിലുകൾ ഉണ്ടാക്കിയിരുന്നത്. തുറക്കാൻ നിരവധി പേരുടെ ശക്തി പ്രയോഗിക്കണമായിരുന്നു. ശത്രുക്കളിൽ നിന്ന് രക്ഷനേടാനായിരുന്നു ഇത്തരം വാതിലുകൾ നിർമിച്ചത്.

കാലം മാറിയതോടെ ഭാരമേറിയ, വലിയ വാതിലുകൾ പഴഞ്ചനായി. ഇന്ന് കനം കൂടിയ മരവാതിലുകളെക്കാൾ ഭാരം കുറഞ്ഞ അലൂമിനിയം വാതിലുകൾക്കാണ് പ്രിയം. ചെലവേറിയ കൊത്തുപണികളും ഇന്ന് വിരളമാണ്. ആദ്യമായി ജപ്പാനിലാണ് നീക്കാവുന്ന വാതിലുകൾ നിർമിതമായത്. ഈ രംഗത്ത് ജപ്പാന്റെ പേര് ഇന്നും പ്രസിദ്ധമാണ്. ചെറിയ സ്ഥലങ്ങളിൽ മടക്കിവെക്കാവുന്ന വാതിലുകളും ഉപയോഗത്തിലുണ്ട്.

മടക്കിവെക്കാവുന്ന വാതിലുകളുടെ ഉറവിടം ഫിലാഡെൽഫിയ ആണ്. അതിശൈത്യമുള്ള നാടുകളിൽ ഇവ നിലനിൽക്കുന്നു. മഞ്ഞും, വെള്ളവും പൊടിയും കാറ്റുമൊന്നുമേൽക്കാതെ സംരക്ഷണം നൽകുന്നവയാണ് ഇവ.

ഒരു നിശ്ചിതസമയത്തിനുശേഷം സ്വയം അടയുന്നതും കാലടി ശബ്ദം കേൾക്കുമ്പോൾ തുറക്കുന്നതുമായ വാതിലുമൊക്കെ ആധുനിക സാങ്കേതിക വിദ്യയുടെ അനുഗ്രഹമാണ്. 'ആലിബാബയും നാൽപ്പതു കള്ളന്മാരും' എന്ന കഥയിലെ മന്ത്രം ചൊല്ലിത്തുറക്കുന്നവാതിലു(open sesame)കളുടെ പതിപ്പുകളുണ്ടാക്കാനുള്ള ശ്രമത്തിലാണ് മനുഷ്യൻ. അത് ഒരു സ്വപ്നസാക്ഷാൽക്കാരം പോലെയായിരിക്കും.

20

കണ്ണട

പതിമൂന്നാം നൂറ്റാണ്ടുവരെ കണ്ണടയെന്താണെന്ന് ആർക്കും അറിഞ്ഞുകൂടായിരുന്നു. ദീർഘദൃഷ്ടി, ഹ്രസ്വദൃഷ്ടിയെന്നത് കേട്ടുകേൾവി പോലുമുണ്ടായിരുന്നില്ല. 1250-ൽ ഫ്രഞ്ച് പുരോഹിതനായ ഫാദർ വില്യം റബ്റക് മംഗോളിയ സന്ദർശിച്ചു. ആമയുടെ പുറംതോടിൽ ദ്വാരങ്ങളുണ്ടാക്കി ഇതിൽ രണ്ട് സുതാര്യമായ കല്ലുകൾ പതിക്കുന്ന ചില ഗോത്രക്കാരെ അദ്ദേഹം കണ്ടു. കണ്ണുകൾ മറയുന്നവിധം ഈ തോട് അവർ മൂക്കിനുമേൽ വെക്കും. റബ്റകിന്റെ ആകാംക്ഷയേറി. ഒരുപാട് അന്വേഷിച്ചതിനുശേഷം, മനുഷ്യന്റെ കാഴ്ചയ്ക്ക് വ്യക്തതനൽകുന്നതാണ് ഈ കല്ലുകളെന്ന് അദ്ദേഹം മനസിലാക്കി.

ഫ്രാൻസിലേക്ക് തിരിച്ചെത്തിയപ്പോൾ, ശാസ്ത്രജ്ഞനായ സുഹൃത്ത് റോജർ ബേക്കനുമായി റബ്റക് ഇക്കാര്യം ചർച്ചചെയ്തു. ഈ കല്ലുകളുപയോഗിച്ച് ബേക്കൺ കോൺവെക്സ് ലെൻസുകൾ നിർമിച്ചു. ഫ്രെയിം കണ്ടുപിടിക്കാത്തതിനാൽ മൂക്കിനുമേൽ ഘടിപ്പിച്ചു നിർത്തുകയെന്നത് ദുഷ്കരമായിരുന്നു. 1300-ലാണ് ലെൻസുകൾ പ്രചാരത്തിലായത്.

15-ാം നൂറ്റാണ്ടിൽ അച്ചടിയന്ത്രത്തിന്റെ കണ്ടുപിടിത്തത്തോടെയാണ് ചെറിയ അച്ചുകളിലുള്ള അക്ഷരങ്ങൾ വായിക്കാൻ പഴയ തലമുറയ്ക്ക് പ്രയാസമുള്ളതായി അറിയുന്നത്. അന്ന് ഈ ലെൻസുകളാണ് വളരെ പ്രയോജനപ്രദമായത്. ലെൻസിന്റെ കട്ടിയുടെ കാര്യത്തിൽ മാനദണ്ഡങ്ങളൊന്നുമുണ്ടായിരുന്നില്ല. കൃത്യമായി വായിക്കാൻ സാധിക്കുന്ന ലെൻസുകൾ ജനങ്ങൾ വാങ്ങും. 16-ാം നൂറ്റാണ്ടിന്റെ ആദ്യത്തിൽ കോൺകേവ് ലെൻസുകളും രംഗത്തെത്തി.

രണ്ടുലെൻസുകളും ഒറ്റ ഫ്രെയിമിൽ വെക്കാവുന്ന, ആദ്യത്തെ

കണ്ണട കണ്ടുപിടിച്ചത് പ്രശസ്ത ശാസ്ത്രജ്ഞൻ ബെഞ്ചമിൻ ഫ്രാങ്ക്ളിനായിരുന്നു. ചെറുപ്പകാലത്തേ ദീർഘദൃഷ്ടി രോഗമുണ്ടായിരുന്നു അദ്ദേഹത്തിന്. ഈ കണ്ണട വെച്ചതോടെ വായന സുഗമമായി. പക്ഷേ, കാലക്രമേണ അദ്ദേഹത്തിന് ഹ്രസ്വദൃഷ്ടിയും ബാധിച്ചു. അതിനാൽ രണ്ടു കണ്ണടകൾ അദ്ദേഹത്തിന് ആവശ്യമായി വന്നു. കണ്ണടകൾ സൂക്ഷിക്കുന്നതിന് അദ്ദേഹത്തിന് പ്രയാസമേറി. അദ്ദേഹം കോൺവെക്സ് ലെൻസിന്റെ മേൽഭാഗം മുറിച്ചു കോൺകേവ്ലെൻസാക്കി മാറ്റി. ലോകത്തെ ആദ്യ ഇരട്ടലെൻസ് കണ്ണടകൾ ഉണ്ടായതങ്ങനെയാണ്.

സൺഗ്ലാസുകളാണ് മറ്റൊരു രൂപം. അപകടം നിറഞ്ഞ രശ്മികൾ കണ്ണിൽ പതിയുന്നത് തടയാൻ ഇതു സഹായകമാണ്. ആദ്യം ഈ കണ്ണടകൾ ചൈനയിൽ രംഗത്തെത്തിയപ്പോൾ, വൈകാരികാവസ്ഥ മറച്ചുവെക്കാൻ ജഡ്ജിമാർ ഇതുപയോഗിക്കാറുണ്ടായിരുന്നു. വൈകാതെ ഇവ ആഭിജാത്യത്തിന്റെ അടയാളമായി തീർന്നു. ഫാഷൻ ലോകത്തും ഏറെ സ്വീകാര്യമാണ് സൺഗ്ലാസുകൾ.

21

കസേര

പ്രാചീനകാലത്തെ ഈജിപ്ഷ്യൻ കസേര

ഒരു മനുഷ്യശരീരത്തിലുള്ളതെല്ലാം ഏതാണ്ട് ഒരു കസേരയിലുമുണ്ട്. കൈകൾ, കാലുകൾ, മടിത്തട്ട്.... പ്രാചീനകാലം തൊട്ടേ കസേരകൾ ഉപയോഗത്തിലുണ്ട്. എങ്ങനെ എപ്പോൾ ഇവ നിലവിൽ വന്നു എന്നതിന് ഒരു തെളിവും ഇല്ല. ഈജിപ്തുകാർ മികച്ച കസേരകൾ നിർമിക്കാറുണ്ടായിരുന്നു എന്നേ നമുക്കറിയൂ. ഈജിപ്തിലെ തുതൻഖാമെൻ ഗോപുരത്തിൽ സ്ഥാപിക്കപ്പെട്ട സ്വർണസിംഹാസനം കസേരയുടെ ആകൃതിയിലാണ് നിർമിച്ചത്. മടക്കിവെക്കാവുന്ന പീഠങ്ങളും ഈജിപ്തുകാർ നിർമിച്ചിരുന്നു. സമ്പന്നർ യാത്രാവേളയിൽ ഈ ഇരിപ്പിടങ്ങളാണ് ഉപയോഗിച്ചിരുന്നത്.

കാലത്തിനനുസരിച്ച് കസേരയുടെ രൂപവും മാറി. മധ്യകാലഘട്ടത്തിൽ കൊത്തുപണികൾ നടത്തിയ വലിയ കസേരകളായിരുന്നു പ്രചാരത്തിൽ. ഇന്ന് ലളിതവും കനം കുറഞ്ഞതുമായ കസേരകൾക്കാണ് പ്രിയം. മടക്കിവെക്കാവുന്നതും, നിവർത്താവുന്നതുമായ കസേരകളും ആധുനിക

സാങ്കേതിക വിദ്യയുടെ ഫലമാണ്.

പണ്ട്, വിലപിടിച്ച രത്നം പതിച്ച കസേരകളായിരുന്നു രാജാക്കന്മാർ ഉപയോഗിച്ചിരുന്നത്. ഇന്ന് പ്രധാനമന്ത്രിമാരും, രാജ്യത്തെ വിശിഷ്ടരുമൊക്കെ മടക്കുകസേരകളാണ് ഉപയോഗിക്കുന്നത്. കസേരകൾ അന്നും ഇന്നും അധികാരത്തിന്റെ അടയാളമാണ്.

നമുക്ക് കസേരയുടെ മൂത്ത സഹോദരനിലേക്ക് നീങ്ങാം. സോഫ. 'സുഫ' എന്ന അറബി പദത്തിൽ നിന്നാണ് സോഫ രൂപപ്പെട്ടത്. കസേരയുടെ മറ്റൊരു സഹോദരനാണ് കോച്ച് (കോച്ചർ എന്ന ഫ്രഞ്ച് വാക്കിൽ നിന്നാണ് ഇതുണ്ടായത്. ഇപ്രകാരം മറ്റൊന്നാണ് ദിവാൻ (തുർക്കിഭാഷയിൽ വിശ്രമം എന്നർഥം).

സുഖകരമായ വിശ്രമത്തിന്റെ പര്യായമാണ് കസേര. വികലാംഗർക്ക് സൗകര്യപ്രദമായ വീൽചെയറുകളും ഇന്ന് നിലവിലുണ്ട്.

22

ഡയറി

ഇംഗ്ലണ്ടുകാരനായിരുന്നു സാമുവൽ പെപ്പീസ്. ഒരു തയ്യൽക്കാരന്റെ മകൻ. പക്ഷേ അദ്ദേഹത്തിലെ ധിഷണ വളർന്ന് ഒടുവിൽ പാർലമെന്റ് അംഗംവരെ ആയിത്തീർന്നു. 1660-ൽ അദ്ദേഹം ഡയറി എഴുതാനാരംഭിച്ചു. 1669 വരെ നിഷ്ഠയോടെ അദ്ദേഹം എഴുത്ത് തുടർന്നു. പലരും ഡയറി എഴുതുന്നു. എന്നാൽ പെപ്പിയുടെ ഡയറിക്കുമാത്രം എന്താണ് വിശേഷം? ഒരു പ്രത്യേക രഹസ്യ ഭാഷയിലായിരുന്നു പെപ്പിയുടെ ഡയറി എഴുത്ത്. അദ്ദേഹത്തിന് മാത്രമേ അത് തിരിച്ചറിയാനാകൂ.

അദ്ദേഹം മരിച്ചിട്ട് 122 വർഷങ്ങൾക്ക് ശേഷവും ആ ഡയറി ഒരു നിഗൂഢതയായി നിലനിൽക്കുന്നു. പക്ഷേ വിധിയുടെ വികൃതിയെന്നോണം, അദ്ദേഹത്തിന്റെ ഡയറിയിലെ രഹസ്യം ആരോ തകർത്തു. ഡയറി വായിച്ചപ്പോൾ ലോകത്തെയാകമാനം അത്ഭുതപ്പെടുത്തുന്നതായിരുന്നു തന്റെ സ്നേഹിതരെയും സഹപാഠികളെയും പ്രശസ്ത വ്യക്തികളെയും കുറിച്ച് അദ്ദേഹം എഴുതിയത്. യാതൊരു രഹസ്യങ്ങളോ മറകളോ അതിലുണ്ടായിരുന്നില്ല. ഓരോരുത്തരുടെയും സ്വഭാവങ്ങളുടെ രഹസ്യരേഖകളാണ് ഡയറികൾ. അതിൽ പലതും പുറത്തറിയാൻ പറ്റാത്തവയായിരിക്കും.

ഡയറിയെഴുത്ത് ഒരു കലയായി കരുതപ്പെടുന്നു. ആത്മപ്രകാശനത്തിന്റെ മാധ്യമവും ആത്മസംഘർഷങ്ങൾക്ക് ശമനവുമാണത്. റൂസോ, ടോൾസ്റ്റോയ്, എമേഴ്സൺ, മഹാത്മാഗാന്ധി തുടങ്ങിയ മഹാവ്യക്തികൾ എഴുതിയ ഡയറികൾ ഇന്നും ലോകത്തെയാകമാനം സ്വാധീനം ചെലുത്തിക്കൊണ്ടിരിക്കുന്നുണ്ട്. തന്റെ ഡയറിയിലെഴുതിയ കുറിപ്പുകളെ ആധാരമാക്കിയാണ് ചാൾസ് ഡാർവിൻ പരിണാമസിദ്ധാന്തം തയാറാക്കിയത്. 1831-ൽ എച്ച് എം എസ് ബീഗിളിൽ സമുദ്രയാത്രനടത്തിയപ്പോൾ

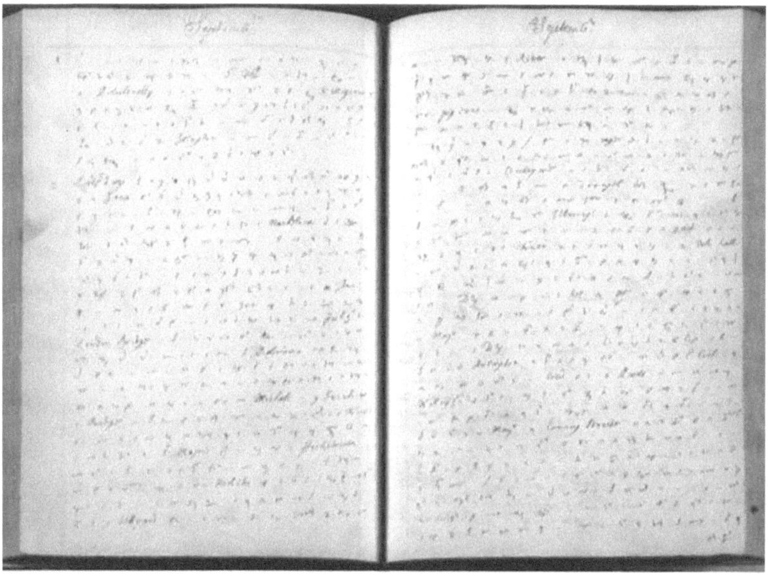

സാമുവൽ പെപ്പീസിന്റെ ഡയറി

പ്രധാന കണ്ടെത്തലുകൾ കുറിച്ചു വെക്കാൻ ധാരാളം ഡയറി അദ്ദേഹം കൂടെ കൊണ്ടുപോയിരുന്നു.

ആൻഫ്രാങ്കിന്റെ ഡയറിക്കുറിപ്പുകളാണ് വിഖ്യാതമായ മറ്റൊരു ഡയറി. ഒരു ജൂതയായിരുന്നു ആൻഫ്രാങ്ക്. രണ്ടാം ലോകയുദ്ധകാലത്ത് ഹിറ്റ്ലറുടെ നാസിസൈന്യം അവരെ പിടികൂടി രണ്ടു വർഷം അജ്ഞാതകേന്ദ്രത്തിൽ പാർപ്പിച്ചു. അക്കാലത്ത് അവരനുഭവിച്ച പീഡനങ്ങളുടെ ഭീതിജനകമായ അനുഭവങ്ങൾ ഉൾക്കൊള്ളുന്നതാണ്, ലോകപ്രശസ്തമായ *ആൻഫ്രാങ്കിന്റെ ഡയറിക്കുറിപ്പുകൾ*. ഓരോദിവസവും അനുഭവിക്കേണ്ടിവന്ന മരണനിമിഷങ്ങൾ ഹൃദയസ്പൃക്കായ ഭാഷയിലാണ് കുറിച്ചത്. നാസി കരങ്ങളാൽ മരണം ഏറ്റുവാങ്ങിയ ആൻ ഫ്രാങ്കിന്റെ ഡയറി നാസിഭീകരതയുടെ തീക്ഷ്ണതയുടെ വിവരണം കൂടിയാണ്.

23

കുപ്പി

പണ്ട് ജനങ്ങൾ ഷെല്ലുകളിലും തോൽസഞ്ചികളിലുമൊക്കെയായിരുന്നു വെള്ളം സൂക്ഷിച്ചിരുന്നത്. ഏകദേശം ബി സി 200–ൽ ഈജിപ്തിലാണ് ആദ്യ ഗ്ലാസ്കുപ്പി നിർമിച്ചത്. ഉരുകിയ ഗ്ലാസ് മണലിന്റെ അച്ചുക്കൂട്ടിൽ ഒഴിച്ചാണ് കുപ്പികൾ രൂപപ്പെടുത്തുന്നത്. ഗ്ലാസ് തണുത്തുകഴിയുമ്പോൾ ഇതിൽനിന്ന് മണൽ പുറത്തുകളയുന്നു. അനേകം നൂറ്റാണ്ടുകൾ ഇതേരീതിയിലാണ് കുപ്പികൾ നിർമിച്ചുപോന്നത്.

റോമാസാമ്രാജ്യത്തിന്റെ അന്ത്യത്തോടെ കുപ്പിനിർമാണകലയുടെ ചാരുത അന്യമായിത്തീർന്നു. മധ്യകാലഘട്ടത്തിൽ ഇറ്റലിയിലെ വെനീസിൽ ഇതു വീണ്ടും പ്രത്യക്ഷപ്പെട്ടുവെങ്കിലും കാഴ്ചവസ്തു എന്നതിനപ്പുറം മറ്റൊരു ലക്ഷ്യവും അതിനുണ്ടായിരുന്നില്ല. 17–ാം നൂറ്റാണ്ടിൽ ഇംഗ്ലണ്ടിൽ വ്യാപകമായ തോതിൽ ഗ്ലാസ് നിർമാണം ആരംഭിച്ചു. ഗ്ലാസുകൾ വലിയ കൽക്കരിയടുപ്പുകളിൽ ഉരുക്കിയെടുക്കും. ഇതോടെ കുപ്പികൾക്കു വിലകുറഞ്ഞു. ചെലവ് ചുരുങ്ങിയതും ഈടുനിൽക്കുന്നതുമായ ഈ കുപ്പികൾ വെള്ളം, വൈൻ, സുഗന്ധദ്രവ്യങ്ങൾ തുടങ്ങിയവ സൂക്ഷിക്കാൻ ഉപയോഗിച്ചു. പ്രതിവർഷം 3 മില്യൺ കുപ്പികൾ ഇംഗ്ലണ്ടിൽ മാത്രം നിർമിച്ചിരുന്നു. ഈ വ്യവസായം യൂറോപ്പിലാകമാനം വ്യാപിച്ചു. അങ്ങനെ കുപ്പികൾ മനുഷ്യജീവിതത്തിലെ ഒരു പ്രധാന ഘടകമായി മാറി.

1903–ൽ, ഓഹിയോവിലെ മൈക്കൾ ജെ ഓവൻ ആണ് കുപ്പിവ്യവസായത്തിൽ വിപ്ലവം സൃഷ്ടിച്ചത്. മണിക്കൂറിൽ 1800 കുപ്പികൾ നിർമിക്കാൻ കഴിയുന്ന യന്ത്രം അദ്ദേഹം സ്ഥാപിച്ചു. ചൂളകളിൽ കേവലം 25 കുപ്പികളേ നിർമിക്കാൻ കഴിഞ്ഞിരുന്നുള്ളൂ. മറ്റൊരു രീതിയിൽ പറഞ്ഞാൽ, ഓവൻസിന്റെ യന്ത്രം 72 തൊഴിലാളികൾക്ക് തുല്യമാണ്! 1909–ൽ ലോകത്തെ വൻകിട കുപ്പിനിർമാതാക്കളിലൊന്നായി മാറി ഓവൻസിന്റെ

കമ്പനി. കുപ്പികൾ അന്ന് ജനകീയമായതിനാൽ ഒരിക്കൽ ബ്രിട്ടീഷ് പ്രധാനമന്ത്രി വിൻസ്റ്റൺ ചർച്ചിൽ ഗ്ലാസ് കുപ്പികൾക്കു വേണ്ടി മാത്രം ഒരു യുദ്ധത്തിന് നിർദേശിച്ചിരുന്നുവത്രെ.

പ്ലാസ്റ്റിക്കിന്റെ കണ്ടുപിടിത്തത്തോടെ ഗ്ലാസ്കുപ്പികൾ പ്ലാസ്റ്റിക്ക് കുപ്പികൾക്ക് വഴിമാറി. ഗ്ലാസിനെക്കാൾ ഭാരം കുറഞ്ഞതും ശക്തവുമാണെങ്കിലും പ്ലാസ്റ്റിക് ആരോഗ്യത്തിന് ഹാനികരമാണ്. അത് പരിസ്ഥിതിക്ക് ഭീഷണിയായതുകൊണ്ടാണ് പരിസ്ഥിതിവാദികൾ പ്ലാസ്റ്റിക് കുപ്പികളുടെ നിരോധനമാവശ്യപ്പെടുന്നത്.

24

ജീൻസ്

വർഷങ്ങൾക്കു മുമ്പാണ്. ടെക്സാസിലെ ഒരു കെട്ടിടത്തിന്റെ 52-ാം നിലയിൽ പണിയെടുക്കുകയായിരുന്ന തൊഴിലാളിയുടെ കീശ പെട്ടെന്ന് ക്രെയിനിന്റെ കൊളുത്തിൽ കുടുങ്ങി. ക്രെയിൻ അയാളെ പൊക്കിയെടുത്തു. വെറുമൊരു പോക്കറ്റിന്റെ അകലത്തിലാണ് മരണം. അദ്ദേഹത്തെ പൊക്കിയെടുക്കുന്ന സമയത്ത് ഒരു നിമിഷം പോക്കറ്റ് കീറിയെങ്കിൽ 52-ാം നിലയിൽനിന്ന് താഴെ വീഴുമായിരുന്നു. അത്ഭുതമെന്നു പറയട്ടെ, പോക്കറ്റ് കീറിയില്ല. നിമിഷങ്ങൾക്കകം ക്രെയിൻ സുരക്ഷിതമായി അദ്ദേഹത്തെ വീണ്ടെടുത്തു. പോക്കറ്റാണ് അദ്ദേഹത്തിന്റെ ജീവൻ രക്ഷിച്ചത്. ലെവി സ്ട്രോസ് ജീൻസായിരുന്നു അദ്ദേഹം ധരിച്ചിരുന്നത്.

തന്റെ ജീവൻ രക്ഷിച്ചതിന് ലെവി കമ്പനിക്ക് അദ്ദേഹം നന്ദി പറഞ്ഞു. രണ്ട് ട്രെയിൻ ബോഗികളുടെ കണ്ണിപൊട്ടിയാൽ ലെവി ജീൻസ് കൊണ്ട് പരിഹരിക്കാമെന്ന് അദ്ദേഹം പറയുകയുണ്ടായി.

1850-ലാണ് ജീൻസ് പിറവിയെടുക്കുന്നത്. യുവാവായ ലെവി സ്ട്രോസ് സാൻഫ്രാൻസിസ്കോയിൽ ചെന്നപ്പോൾ സ്വർണഖനികളിൽ തൊഴിലെടുക്കുന്ന ജോലിക്കാർക്ക് ടെന്റ് നിർമിക്കാനായി ധാരാളം കാൻവാസ് വാങ്ങി. അങ്ങനെയിരിക്കെ ഒരു നാൾ ഒരു തൊഴിലാളി, തന്റെ പാന്റ് ഖനിയിൽ പണിയെടുക്കുന്ന അവസരത്തിൽ കീറിപ്പോയെന്നും, ഈ കാൻവാസ് ഉപയോഗിച്ച് ഒരു പാന്റ് ഉണ്ടാക്കിക്കൊടുക്കണമെന്നും തമാശരൂപത്തിൽ ആവശ്യപ്പെട്ടു. ലെവി അദ്ദേഹത്തിന് പാന്റ് ഉണ്ടാക്കിക്കൊടുത്തു. നല്ല വിജയമായിരുന്നു അത്.

വൈകാതെ തൊഴിലാളികളെല്ലാം ലെവിയുടെ കാൻവാസ് പാന്റ് ഉപയോഗിച്ചു തുടങ്ങി. തന്റെ പഴയതൊഴിലായ ടെന്റ്നിർമാണം ഒഴിവാക്കി ലെവി പാന്റ് നിർമാണമാരംഭിച്ചു. കാൻവാസ് ശേഖരം തീർന്ന

പ്പോൾ പരുത്തിയുടെ പാന്റുകൾ തുടങ്ങി. അദ്ദേഹമതിന് നീലച്ചായം നൽകി. തൊഴിലാളികൾക്ക് ഇത് നന്നായി ഇഷ്ടപ്പെട്ടു. അടുത്ത 20 വർഷക്കാലം കൊണ്ട് ഇതുവഴി ലെവിയുടെ കച്ചവടം പുഷ്ടിപ്പെട്ടു.

1872ൽ, റഷ്യൻ തയ്യൽക്കാരനായ ജേക്കബ്ഡേവിഡ് ലെവി സ്ട്രോസിന് കത്തയച്ചു. ഈ പാന്റുകളുടെ ചുളുക്കുകളിൽ തുണി വെക്കാൻ അദ്ദേഹം നിർദേശിച്ചു. എങ്കിൽ പാന്റുകൾക്ക് കൂടുതൽ ബലം നൽകും. തനിക്ക് ഒരു പങ്കാളിത്തവും തേടിയിരുന്നു. 1873ൽ ലൂയിസ് സ്ട്രോഡ് & കമ്പനി എന്ന പേരിൽ സ്വന്തമായി അവർ കമ്പനി തുറന്നു.

1920 വരെ, തൊഴിലാളികൾ മാത്രമേ ഇതു ധരിച്ചിരുന്നുള്ളൂ. പിന്നീട് ചില ചലച്ചിത്രതാരങ്ങളും വിശിഷ്ട വ്യക്തികളും ധരിച്ചു തുടങ്ങിയതോടെ ജീൻസ് ഒരു ഭ്രാന്തായി മാറി. 1940-ൽ ചില സ്കൂളുകൾ യൂണിഫോം ജീൻസിന്റേതാക്കി മാറ്റി. അന്നുതൊട്ടു, ജീൻസ് യുവതലമുറയുടെ ഇഷ്ടപ്പെട്ട വസ്ത്രമായി മാറി.

ഉന്നതങ്ങളിലുള്ളവർ തങ്ങളുടെ അന്തസിനനുസരിച്ച് ജീൻസ് പരിഷ്കരിച്ചുകൊണ്ടിരുന്നു. പ്രസിദ്ധ സിനിമാതാരം ലാനാ ടർണറിന് വജ്രം പതിച്ച ജീൻസുണ്ടായിരുന്നു. ഹെൻറികിസിംഗർക്കും ഇഷ്ടപ്പെട്ട വേഷമായിരുന്നു ജീൻസ്. തുടർച്ചയായി 17 വർഷം ഒരു സ്ത്രീ ഉപയോഗിച്ച ഒരു ജോടി ജീൻസ് ഇന്നും സാൻഫ്രാൻസിസ്കോയിലെ ലെവിസ്ട്രാറ്റസ് മ്യൂസിയത്തിലുണ്ട്.

25

ചുരുട്ട്

അമേരിക്ക കണ്ടുപിടിച്ച ക്രിസ്റ്റഫർ കൊളംബസിനെ നമുക്കറിയാം. പക്ഷേ നാഗരികലോകത്ത് ചുരുട്ട് കൊണ്ടുവന്നത് അദ്ദേഹമാണെന്ന് നമുക്കറിയാമോ? 1492 ഒക്ടോബർ മാസം കൊളംബസിന്റെ കപ്പൽ കരയ്ക്കണഞ്ഞപ്പോൾ വലിയ ഇലകളിൽ പുകയില നിറച്ചു വലിക്കുന്ന ഗോത്രക്കാരെകണ്ട് അദ്ദേഹം അത്ഭുതപ്പെട്ടു. സികാർ എന്നായിരുന്നു അവരതിനെ വിളിച്ചിരുന്നത്. കൊളംബസിന്റെ സുഹൃത്തായ റോഡ്റിഗോ ജെറസും ഇതൊന്നു പരീക്ഷിച്ചു നോക്കി. അദ്ദേഹത്തിന് നന്നായി ഇഷ്ടപ്പെട്ടു. കഴിഞ്ഞ 500 വർഷത്തിലേറെക്കാലമായി ഈ ഗോത്രക്കാർ ഇങ്ങനെ വലിച്ചു കൊണ്ടിരിക്കുന്നുവെന്ന് അന്വേഷണങ്ങൾ തെളിയിക്കുന്നു. കൊളംബസ് ഈ ഇലകൾ നാട്ടിലേക്ക് കൊണ്ടുപോയി. സിഗാര എന്നായിരുന്നു അതിന് പേരിട്ടത്.

ക്യൂബൻ ചുരുട്ട്

ചുരുട്ട് ഏറ്റവുമധികം പ്രചരിച്ച യൂറോപ്യൻ രാജ്യങ്ങളിൽ ഒന്നാമത് സ്പെയിനായിരുന്നു. നെപ്പോളിയനെതിരെ യുദ്ധം ചെയ്യാൻ സ്പെയിനിലേക്ക് പോയ ഇംഗ്ലണ്ട്, ഫ്രാൻസ് സൈന്യം ഇതിനെ സ്വന്തം നാടു

കളിലേക്ക് കടത്തി. അങ്ങനെയാണ് ചുരുട്ട് ലോകത്തുടനീളം വ്യാപിച്ചത്.

പതിനെട്ടാം നൂറ്റാണ്ടിൽ അമേരിക്കയും ഈ ഉദ്യമത്തിൽ ചേർന്നു. വിവിധ രൂപത്തിലും ആകൃതിയിലുമുള്ള ചുരുട്ടുകൾ നിർമിക്കുന്ന കമ്പനികൾ അമേരിക്കയിൽ നിലവിൽ വന്നു. ലോകത്തെ ഏറ്റവും നീളം കുറഞ്ഞ ചുരുട്ടിന് 1.25 ഇഞ്ചും ഏറ്റവും നീളം കൂടിയതിന് ആറടി രണ്ടിഞ്ചും വലിപ്പമാണുണ്ടായിരുന്നത്.

ചുരുട്ടുകളിലടങ്ങിയ പ്രത്യേക രുചിയും ഗന്ധവുമാണതിനെ ജനപ്രിയമാക്കുന്നത്. ഹവാന ചുരുട്ടുകൾ രുചിയിൽ പേര് കേട്ടതാണ്. ക്യൂബൻ നഗരത്തിലെ വ്യാൾട്ടാ അമ്പോജോയിൽ നിന്നാണ് അവ നിർമിക്കുന്നത്. ഈ പ്രദേശത്തിന്റെ കാലാവസ്ഥയുടെ പ്രത്യേകതയാണ് ഈ രുചിക്ക് കാരണമെന്നും പറയപ്പെടുന്നുണ്ട്.

ചുരുട്ട് വലിക്കാൻ പല നിയമങ്ങളുമുണ്ടായിരുന്നു. ലൈറ്റർ ഉപയോഗിച്ച് കത്തിക്കാൻ പാടില്ല എന്നതായിരുന്നു അതിലൊന്ന്. തീപ്പെട്ടി ഉപയോഗിച്ച് കത്തിക്കുമ്പോൾ ജ്വാലയുമായി സ്പർശിക്കാനും പാടില്ല.

ഹവാന ചുരുട്ടിന്റെ ആരാധകനായിരുന്നു വിൻസ്റ്റന്റ് ചർച്ചിൽ. രണ്ടാം ലോകമഹായുദ്ധത്തിൽ അദ്ദേഹത്തിന്റെ ഹവാനയിലെ വൻ ചുരുട്ടു ശേഖരം നശിച്ചു. അത് കൈകാര്യം ചെയ്തിരുന്ന ഷോപ്പ് കീപ്പർ ഇതറിഞ്ഞപ്പോൾ സുരക്ഷിതമായി വെക്കാൻ രാത്രി 2 മണിക്കാണ് ചർച്ചിലിനെ വിളിച്ചത്.

26

ഷൂസ്

പതിനഞ്ചാം നൂറ്റാണ്ടിൽ നീണ്ട മുനപോലുള്ള ഷൂസ് ധരിച്ചതിന്റെ പേരിൽ യൂറോപ്പിലെവിടെയോ ഒരാളെ തുറുങ്കിലടച്ചുവത്രെ. അക്കാലത്ത് ഒരാളുടെ പ്രതാപത്തിന്റെ അടയാളമായിരുന്നു ഷൂ. ഒരാളുടെ സാമ്പത്തിക നിലയനുസരിച്ച് ഷൂസിന്റെ കൂർത്തഭാഗം നീണ്ടുകൊണ്ടിരിക്കും. ഓരോരുത്തരുടെയും പ്രതാപത്തിനനുസരിച്ച് ഷൂസിന്റെ തരവും മാറിക്കൊണ്ടിരിക്കും.

പോളണ്ടുകാരുടെ സൃഷ്ടിയായിരുന്നുവത്രെ വലിയ ഷൂസ്. മൂന്നടി നീളമുള്ള ഷൂസ് വരെ അവർ ധരിക്കുമായിരുന്നു. വിഷമഘട്ടത്തിൽ ഇവ സഹായിക്കുമെന്ന വിശ്വാസവും അന്നുണ്ടായിരുന്നു. നടക്കാൻ പ്രയാസമേറിയതിനാൽ ശരീരത്തിന്റെ ഏതെങ്കിലും ഭാഗത്തോട് മുനകളെ ചങ്ങലകൊണ്ട് കെട്ടുമായിരുന്നു.

പതിനഞ്ചാം നൂറ്റാണ്ടിൽ ഇത്തരം ഷൂസ് പഴഞ്ചനായി. ഷൂസിന്റെ വീതിക്കായി ഇപ്പോൾ പ്രാധാന്യം. ഒരടി വീതിയുള്ള ഷൂ അന്ന് ഉപയോഗിച്ചിരുന്നു. ഇവ പ്രായോഗികമല്ലെന്ന് കണ്ടപ്പോൾ ഒരു ഇഞ്ചായി ചുരുങ്ങി. ഈ ഘട്ടം അധികകാലം നീണ്ടുനിന്നില്ല.

ഉയർന്ന മടമ്പുകളുടെ ഷൂസായിരുന്നു അടുത്തഘട്ടത്തിലെ ഫാഷൻ. ഉയരം കുറഞ്ഞ ജനങ്ങൾക്ക് പ്രയോജനകരമായിരുന്നു ഇവ. മടമ്പുഭാഗത്ത് ഒന്നോ രണ്ടോ അടി ഉയരത്തിലുള്ള ഷൂസ് വരെയുണ്ടായിരുന്നു. പക്ഷേ തീർത്തും അസുഖകരമായിരുന്നു ഇവ. നടക്കുമ്പോൾ സ്ത്രീകൾക്ക് ബാലൻസ് തെറ്റിപ്പോകും. അതിനാൽ ഇവ നിയമപരമായി നിരോധിച്ചു.

പതിനേഴാം നൂറ്റാണ്ടിൽ ലൂയി 14-ാമനാണ് ഈ ഹൈഹീൽ ഷൂ വീണ്ടും കൊണ്ടുവന്നത്. ആളുകൾക്കിടയിൽ ഉയർന്ന ആളായി കാണ

ണമെന്നായിരുന്നു അദ്ദേഹത്തിന്റെ ആഗ്രഹം. അദ്ദേഹത്തെ പിൻപറ്റി പലരും ഇത് ഉപയോഗിക്കാൻ തുടങ്ങി. പിന്നീട് ഈ ഭ്രമം സ്ത്രീകളെയും ബാധിച്ചു. പക്ഷേ പണ്ടത്തെപ്പോലെ ഉയരമുണ്ടായിരുന്നില്ല ഇവയ്ക്ക്. വൈകാതെ പിൻഭാഗം ഉയർന്ന ഈ ഷൂസ് സ്ത്രീകളുടെ പാദരക്ഷയായി മാറി. പുരുഷന്മാർ പരന്ന ഷൂസ് ധരിച്ചു തുടങ്ങി.

ലാപ്ടി (lapti) എന്ന പേരിൽ അറിയപ്പെടുന്ന പ്രാചീന റഷ്യൻ ഷൂസ്

അടുത്തത് മെതിയടിയുടെ കാലമായിരുന്നു. തുകൽമെതിയടികൾ ബാബിലോണിലും ഏഥൻസിലും ഈജിപ്തിലുമൊക്കെ പ്രചാരത്തിലുണ്ടായിരുന്നു. രാജകൊട്ടാരത്തിലെ ഔദ്യോഗികപാദരക്ഷപോലും അതായിരുന്നു. അക്കാലത്തെ മെതിയടിനിർമാതാക്കൾക്ക് സമൂഹത്തിൽ വലിയ സ്ഥാനമായിരുന്നു കൽപ്പിക്കപ്പെട്ടിരുന്നത്.

1870-ൽ, ഇന്നത്തെ സ്കേറ്റുകളുടെ രീതിയിൽ ഷൂസിനടിയിൽ ചക്രങ്ങൾ ഘടിപ്പിക്കപ്പെട്ടു. പക്ഷേ സ്കേറ്റുകളിൽനിന്ന് വ്യത്യസ്തമായിരുന്നു അവ.

27

കപ്പ്, ഗ്ലാസ്

മൃഗങ്ങളുടെ കൊമ്പുകൾ, പച്ചക്കറികളുടെയും തേങ്ങയുടെയും പുറന്തോടുകൾ മുട്ടത്തോടുകൾ, തലയോട്ടികൾ മുതലായവയാണ് പണ്ട് മനുഷ്യർ പാത്രങ്ങളായി ഉപയോഗിച്ചിരുന്നത്. മൂന്നാം നൂറ്റാണ്ടുവരെ ഇതായിരുന്നു അവസ്ഥ. ഗ്ലാസ് നിർമാണകല വികസിച്ചതോടെ ഇവ ഗ്ലാസ് നിർമിതങ്ങളായി മാറി. റോമാസാമ്രാജ്യം തകർന്നപ്പോൾ ഈ കല ചരിത്രത്താളുകളിൽ മണ്ണടിഞ്ഞു.

പതിനാറാം നൂറ്റാണ്ടിൽ യുറോപ്യരാണ് ഗ്ലാസ് നിർമാണകല നവീകരിച്ചെടുത്തത്. പക്ഷേ അതിനൊരു പരിമിതിയുണ്ടായിരുന്നു. കയറ്റുമതി ചെയ്യുന്ന വേളകളിൽ പലതും പൊട്ടിപ്പോകും. അതിനാൽ പ്രാദേശിക മാർക്കറ്റുകളിൽ മാത്രമായിരുന്നു ഇവ ഉപയോഗിക്കപ്പെട്ടത്. ഈ പ്രശ്നം പരിഹരിക്കാൻ പിടിയുള്ള വലിയ നേരിയ ഗ്ലാസുകൾ അമേരിക്കയിൽ വികസിപ്പിച്ചെടുക്കുകയുണ്ടായി. കൈയിലൊതുങ്ങുന്ന തരത്തിലായിരുന്നു അവ.

പതിനേഴാം നൂറ്റാണ്ടിൽ മൃഗത്തോൽകൊണ്ട് നിർമിക്കുന്ന ഗ്ലാസുകൾ രംഗത്തെത്തി. മൃഗങ്ങളുടെ മാർദവുമുള്ള തോൽ തുന്നിയാണിവ നിർമിച്ചിരുന്നത്. ചുറ്റുഭാഗത്തും

സ്വർണ-വെള്ളി നാടകൾ ഘടിപ്പിക്കും. പിന്നീട് മരത്തിന്റെ ഗ്ലാസുകൾ വന്നു.

കളിമണ്ണിൽ നിന്നുണ്ടാക്കുന്ന ഡിസ്പോസ്ഡ് ഗ്ലാസുകളും കപ്പുകളും ഇന്ത്യയിൽ വ്യാപകമാണ്. പകർച്ചവ്യാധികളുടെ കാലത്താണ് ഇവയുടെ പ്രാധാന്യം തിരിച്ചറിഞ്ഞത്. 1908-ൽ വിലകുറഞ്ഞ പേപ്പർഗ്ലാസുകളും കപ്പുകളും വിപണിയിലെത്തി. ലോകത്തുടനീളം ഇവ പ്രചാരം നേടിയിട്ടുണ്ട്. ഇവ പിന്നീട് പ്ലാസ്റ്റിക്കിനും തെർമോക്കോളിനും വഴിമാറി. ഇന്ന് വിവിധതരം കപ്പുകളും ഗ്ലാസുകളും നിലവിലുണ്ട്.

28

കത്രിക

പണ്ടുകാലങ്ങളിൽ കത്രിക മരണത്തിന്റെ അടയാളമായാണ് കരുതപ്പെട്ടിരുന്നത്. ഗ്രീക്ക് ഐതിഹ്യപ്രകാരം, മൂന്ന് ദേവതകളാണ് ഒരു മനുഷ്യന്റെ വിധി നിയന്ത്രിക്കുന്നത്. അതിൽ മരണത്തിന്റെ ദേവതയായിരുന്നു ആട്രോപോസ (ഹൃദയശൂന്യ). ഈ ദേവതയുടെ കൈയിൽ ഒരു കത്രികയുണ്ടാകും. ഇതുകൊണ്ട് ജീവിതത്തിന്റെ കയർ മുറിക്കുമ്പോഴാണ് മനുഷ്യൻ മരിക്കുന്നത്. പണ്ടുതൊട്ടേ കത്രികകൾ നിലവിലുണ്ടായിരുന്നുവെന്നാണ് ഇതിന്റെ സൂചന.

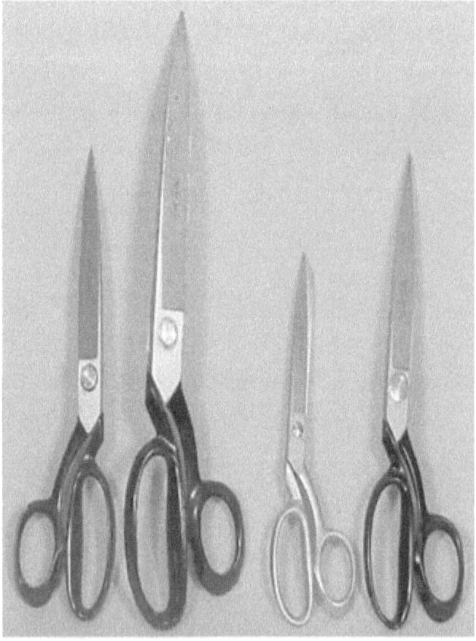

വെങ്കലയുഗത്തിൽ കത്രികകളുണ്ടായിരുന്നുവെന്ന് ആർക്കിയോളജിക്കൽ സർവേ സൂചിപ്പിക്കുന്നുണ്ട്. ആധുനിക കത്രികകളിൽനിന്ന് തീർത്തും വ്യത്യസ്തമായിരുന്നു ഈ കത്രികകൾ. 'C' ആകൃതിയിൽ ഒരു സ്പ്രിങ്ങിന്റെ സഹായത്തോടെ രണ്ട് ബ്ലേഡുകളും ഒരുമിച്ച് ചേർത്തതായിരുന്നു പണ്ടത്തെ കത്രികകൾ. രണ്ടു കൈകളും ഉപയോഗിച്ചാലേ ഇതു പ്രവർത്തിപ്പിക്കാനാകൂ. പിന്നീട് റോമക്കാരാണ് ഒരു കൈകൊണ്ട് ഉപയോഗിക്കാവുന്ന ഇന്നത്തെ രീതിയിലുള്ള

കത്രിക നിർമിച്ചത്. ചില പ്രത്യേക ജോലികൾക്ക് വേണ്ടിയായിരുന്നു അന്ന് ജനങ്ങൾ കത്രിക ഉപയോഗിച്ചിരുന്നത്.

1761-ൽ കത്രിക വീട്ടുപകരണങ്ങളിലൊന്നായി മാറി. ഇംഗ്ലണ്ടിലെ റോബർട്ട് ഹിൻക്ലിഫാണ് ഇതിന്റെ അവതാരകൻ. ശക്തിയേറിയ സ്റ്റീൽ കത്രിക നിർമിച്ചത് അദ്ദേഹമായിരുന്നു. ഇന്ന് തുരുമ്പുപിടിക്കാത്ത സ്റ്റീൽ നിർമിത കത്രികകൾ ലോകത്തുടനീളം ഉപയോഗിക്കപ്പെട്ടുപോരുന്നു.

നിരവധി രൂപത്തിലുള്ള കത്രിക ഇന്ന് വിപണിയിൽ ലഭ്യമാണ്. തയ്യൽക്കാരുടെ വലിയ കത്രികയും ഡോക്ടറുടെ ചെറിയ ശസ്ത്രക്രിയാ കത്രികയും ഇതിൽപ്പെട്ടതാണ്.

29

തൂക്കയന്ത്രം

ചുമലിൽ കനത്തഭാരം വഹിക്കാൻ തുടങ്ങിയപ്പോഴാണ് ആദ്യമായി മനുഷ്യൻ തുലാസുണ്ടാക്കാൻ ശ്രമിച്ചത്. ഭാരം ഒരു തുലാസിന്റെ, ഇരു വശത്തും തുല്യമായി ഭാഗിച്ചാൽ, ഭാരം തോന്നുകയില്ലെന്ന് അവൻ മന സിലാക്കി. ഈ സങ്കൽപ്പം പൂർണമായും വ്യത്യസ്തമാണെങ്കിലും-ഒരു കാര്യം സുവ്യക്തം-തുലാസിന്റെ രണ്ടുഭാഗത്തും തുല്യഭാരമാണെങ്കിൽ തുലാസ് നേരെ നിൽക്കും. ഇതാണ് തുലാസിന്റെ അളവുനിർണയത്തി ലേക്ക് വഴി തെളിച്ചത്.

പ്രാചീന ഈജിപ്തിലെ 'മരിച്ചവരുടെ പുസ്തക'ത്തിൽ പ്രസ്താ വിക്കുന്നു: "മരിച്ചവരുടെ ഹൃദയം ഒരു തുലാസിൽ വച്ച് തിട്ടപ്പെടുത്തും. ഇതിന്റെ ഒരു താലത്തിൽ ഒരു തൂവലും മറ്റേതിൽ ഹൃദയവും വയ്ക്കും. രണ്ടു താലങ്ങളും തുല്യമാണെങ്കിൽ ഹൃദയം ശുദ്ധമാണെന്നർഥം. ഇത്ത രക്കാരെ ഒറിസിസ് ദേവൻ സ്വർഗത്തിലേക്ക് സ്വാഗതം ചെയ്യും. ഇനി നേരെമറിച്ചാണെങ്കിൽ, അവിടെയുള്ള പിശാച് കുറ്റവാളിയെ ദഹിപ്പിക്കും."

തുലാസ് പണ്ടുമുതലേ ഉണ്ടായിരുന്നുവെന്നാണ് ഈ ഭാഗം സൂചി പ്പിക്കുന്നത്. പണ്ട്, വ്യാപാരം കൈമാറ്റ വ്യവസ്ഥ (Barter System) യിലാ യിരുന്നതിനാൽ, കച്ചവടത്തിന് തുലാസിന്റെ ആവശ്യമുണ്ടായിരുന്നില്ല. സ്വർണപ്പണിക്കാർ മാത്രമേ ഇത് ഉപയോഗിച്ചിരുന്നുള്ളു. വ്യാപാര ശൃംഖ ലകൾ ലോകത്ത് വ്യാപിച്ചപ്പോൾ ഇതിനൊരു നിശ്ചിത യൂണിറ്റ് ആവശ്യമായിവന്നു. അങ്ങനെയാണ് തുലാസുകൾ ഉപയോഗത്തിലെത്തി യത്.

16-ാം നൂറ്റാണ്ടിൽ ഇറ്റലിയിലെ ഡോ.സാന്റോ റിയോ ആണ് ലോകത്തെ ആദ്യ തൂക്കയന്ത്രം നിർമിച്ചത്. രോഗനിർണയത്തിനായി തന്റെ രോഗികൾക്ക് വേണ്ടിയായിരുന്നു അത്. ഈ നൂറ്റാണ്ടിന്റെ അവ

പ്രാചീനകാലത്തെ നീതിദേവത തുലാസുമായി

സാനത്തോടെ അത് സർവസാധാരണയായിത്തീർന്നു. മാർക്കറ്റുകൾ, വീടുകൾ, ഓഫീസുകൾ.. എല്ലാവരും തുലാസ് ഉപയോഗിച്ചു തുടങ്ങി. ഇന്ന് കമ്പ്യൂട്ടർവൽകൃത യന്ത്രങ്ങൾ വന്നതോടെ സാധാരണ യന്ത്രങ്ങളൊക്കെ അപ്രത്യക്ഷമായി.

30

തോർത്ത്

പത്തൊൻപതാം നൂറ്റാണ്ടുവരെ തോർത്ത് പ്രചാരത്തിലുണ്ടായിരുന്നില്ല. കൈ വായുവിൽ ഉണക്കുകയോ, വസ്ത്രത്തിൽ തുടയ്ക്കുകയോ ചെയ്യുകയായിരുന്നു പതിവ്. മിക്ക യൂറോപ്യരും കൈ കഴുകാറില്ലെന്നും അതിനാൽ തോർത്തിന്റെ ആവശ്യമില്ലെന്നുമൊരു വിശ്വാസമുണ്ട്. എങ്കിലും സമ്പന്നർ ദിവസവും പ്രത്യേകതരം തോർത്തുപയോഗിച്ച് കുളിക്കുമത്രെ. വിലയേറിയതായിരിക്കും അവരുടെ തോർത്ത്. അതിനാൽ അക്കാലത്ത് തോർത്തിന്റെ ഉപയോഗം ഒരാഡംബരമായിരുന്നു.

1841-ൽ ഫ്രാൻസിലാണ് ആദ്യമായി ശരിയായ തോർത്തുണ്ടാക്കുന്നത്. സിൽക്കുകൊണ്ടായിരുന്നു അത് നിർമിച്ചത്. 1851-ൽ സാമുവൽ ഹോൾട്ട് പരുത്തിത്തോർത്തുണ്ടാക്കുകയും ലണ്ടനിലെ ക്രിസ്റ്റൽ പാലസിൽ പ്രദർശനത്തിന് വെക്കുകയും ചെയ്തു. ഇംഗ്ലണ്ടിലെ വിക്ടോറിയ രാജ്ഞി ഈ പ്രദർശനം സന്ദർശിച്ചപ്പോൾ തോർത്ത് കണ്ട് അത്ഭുതപ്പെട്ടു! ഹോൾട്ടിന് സ്വർണമെഡൽ സമ്മാനിക്കുകയും റോയൽ പാലസിലേക്ക് ആറ് ഡസൻ തോർത്തിന് ഓർഡർ നൽകുകയും ചെയ്തു.

വൈകാതെ ഇവ വീട്ടുവസ്തുക്കളുടെ പട്ടികയിലെത്തി. വിലകുറഞ്ഞതും, ഉപയോഗിക്കാൻ എളുപ്പമായിരുന്നുവെന്നതുംതന്നെയായിരുന്നു കാരണം. 1863-ൽ, ഹോൾട്ട് അമേരിക്കയിലേക്ക് പോയി. ന്യൂജഴ്സിയിലെ പീറ്റേഴ്സണിൽ തന്റെ തോർത്ത് ഫാക്ടറി സ്ഥാപിക്കുകയും ചെയ്തു. ഹോൾട്ടിന്റെ തോർത്തിന് അമേരിക്കയിലാകെ ഖ്യാതി ലഭിച്ചു. കുറെക്കാലം വെളുത്ത തോർത്തായിരുന്നു ഉണ്ടായിരുന്നത്. കാരണം അന്ന് ബാത്റൂമുകൾക്ക് വെളുത്ത നിറമായിരുന്നു. 1925-ഓടെ പല വർണങ്ങളിലുള്ള തോർത്തുകളും രംഗത്തിറങ്ങി.

സാധാരണക്കാരും തങ്ങളെപ്പോലെ തോർത്തുപയോഗിക്കുന്നത്

സമ്പന്നർക്കും പ്രമാണികൾക്കും ഇഷ്ടപ്പെട്ടില്ല. തങ്ങളുടെ പ്രതാപം നിലനിർത്താൻ അവർ തോർത്തുകളിൽ പ്രത്യേക അടയാളങ്ങൾ പതിച്ചു. ന്യൂയോർക്കിലെ മിൽട്ടൺ വെയ്ഗ്ലർ ആയിരുന്നു ഇത്തരം തോർത്തുകൾ നിർമിച്ചത്. ഇതു പിന്നീട് ലോകത്തുടനീളം വ്യാപിച്ചു. 1970-ൽ, സൗദിയിലെ ഖാലിദ് രാജാവ് ഒരെണ്ണത്തിന് 100 ഡോളർ നിരക്കിൽ വെയ്ഗ്ലറിൽ നിന്ന് കുറച്ച് തോർത്തുകൾ വാങ്ങി. ഇവയിൽ രാജാവിന്റെ പ്രത്യേക മുദ്രപതിച്ചു.

31

റബർ (ഇറേസർ)

റബറിനെക്കുറിച്ച് ജോസഫ് പ്രിസ്റ്റലി പറഞ്ഞതിങ്ങനെയാണ്: "ഈയിടെ ഞാനൊരു കണ്ടുപിടിത്തം നടത്തിയിട്ടുണ്ട്. കടലാസിൽ യാതൊരു അടയാളവും ബാക്കിവരാത്തവിധം കടലാസുകളിലെ എഴുത്തുകൾ മായിക്കാൻ ഇതിന് സാധിക്കും. ചിത്രകാരന്മാർക്ക് ഇത് പ്രയോജനപ്പെടുമെന്നാണ് എന്റെ വിശ്വാസം. മിസ്റ്റർ നയ്റൻ നടത്തുന്ന കടയിൽനിന്ന് ഇത് ലഭ്യമാണ്. മൂന്ന് ഷില്ലിങ്ങാണ് വില." ഒരെണ്ണം ദീർഘകാലം നിലനിൽക്കുമെന്നാണ് അദ്ദേഹം ഉറപ്പുതരുന്നത്.

ലോകത്തെ ആദ്യ റബറിനെക്കുറിച്ചാണ് തന്റെ കൃതിയിലൂടെ പ്രിസ്റ്റിലി വിവരിക്കുന്നത്. അക്കാലത്ത് ഈ കണ്ടുപിടിത്തം വലിയ സംഭവമായിരുന്നു. ഫ്രഞ്ച് സഞ്ചാരി മഗല്ലൻ ഇതിന്റെ പ്രാധാന്യം മനസിലാക്കിയിരുന്നു. 1752-ൽ ഫ്രാൻസിലെ ഫ്രഞ്ച് അക്കാദമിയിൽ തന്റെ ഗവേഷണ പ്രബന്ധം അദ്ദേഹം സമർപ്പിച്ചു. എന്നാൽ ഇതിന്റെ പ്രാധാന്യം മനസിലാക്കാൻ അക്കാദമിക്ക് 18 വർഷം വേണ്ടിവന്നു. 1770-ൽ ഇവ വിപണിയിലെത്തിയതോടെ ചൂടപ്പംപോലെ വിറ്റുപോയി.

പ്രിസ്റ്റിലിയുടെ കൃതിയിലൂടെ മായ്ക്കുന്ന റബറുകൾ പ്രസിദ്ധി നേടി. നയ്റന്റെ കടയിലൂടെ അനേകം മായ്ക്കും റബറുകൾ വിറ്റുപോയി. അങ്ങനെ മറ്റുകടകളിലും ഇവ ലഭ്യമായിത്തുടങ്ങി. കുറെക്കാലം ഇത് ഒരു ചെറുകിടവ്യവസായമായിരുന്നു. 1811-ൽ, വിയന്നയിൽ ഒരു റബർ ഫാക്ടറി നിർമിതമായി. റബർ വൻതോതിൽ ഇവിടെ നിന്ന് ഉൽപ്പാദിപ്പിച്ചിരുന്നു.

1858 മാർച്ച് 30-ന്, ഫിലാഡൽഫിയയിലെ ഹെയ്മൻ എൽ ലിപ്മാൻ ഒരറ്റത്ത് റബർ ഘടിപ്പിച്ച പെൻസിൽ നിർമിച്ചു. ഇവ പെട്ടെന്ന് പേര് നേടി. ഇന്ന് ഇവ വ്യാപകമാണെങ്കിലും, 19-ാം നൂറ്റാണ്ടിന്റെ തുടക്കത്തിൽ ഇവ

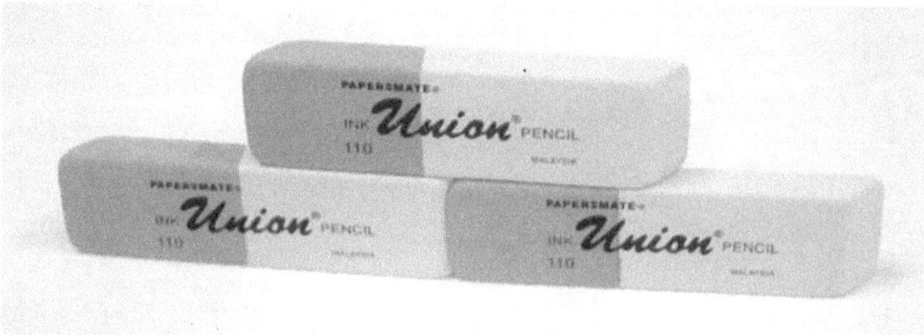

കൈവശമുണ്ടായിരിക്കുകയെന്നത് ഒരു മഹാകാര്യമായിരുന്നു.

റബർ വ്യവസായം പുരോഗതി പ്രാപിച്ചതോടെ വിവിധ തരത്തിലും നിറങ്ങളിലും മണവുമുള്ള മായ്ക്കും റബറുകൾ ഘടിപ്പിച്ച പെൻസിലുകൾ വ്യാപകമായി.

32

തപാൽസ്റ്റാമ്പ്

ആയിരത്തി അറുനൂറ്റി എൺപതിൽ ഇംഗ്ലണ്ടിലാണ് തപാൽ സ്റ്റാമ്പിന്റെ ഉത്ഭവം. വില്യം ഡോക്റയെന്ന വ്യക്തി ലണ്ടനിലും വെസ്റ്റ് മിൻസ്റ്ററിലും സ്വന്തമായി തപാൽ സേവനം ആരംഭിച്ചു. ഓരോ കത്തിനും ഒരു പെനിയായിരുന്നു ഈടാക്കിയിരുന്നത്. കത്തു സ്വീകരിക്കുന്ന വ്യക്തി പെനി നൽകേണ്ട വിധത്തിലായിരുന്നു അതിൽ മുദ്ര ചെയ്യുക. ഡോക്റ മുദ്രയെന്ന പേരിൽ പ്രശസ്തമായിരുന്നു ഈ സ്റ്റാമ്പ്.

സ്വയം പതിക്കാവുന്ന സ്റ്റാമ്പ് ആദ്യമായി നിർമിച്ചത് ജെയിംസ് ചാമറും റോളണ്ട് ഹില്ലുമായിരുന്നു. 1843-ൽത്തന്നെ ചാൾമർ ഇത്തരം സ്റ്റാമ്പ് നിർമിച്ചിരുന്നുവെങ്കിലും അധികൃതർ ശ്രദ്ധിച്ചില്ല. പകരം, റോളണ്ട് ഹില്ലിന്റെ നേതൃത്വത്തിൽ അച്ചടിച്ച, സ്വയം ഒട്ടിക്കാവുന്ന സ്റ്റാമ്പുകളെപ്പറ്റി നിർദേശിച്ചപ്പോഴാണ് ഐകകണ്ഠ്യേന ഇതു സ്വീകരിക്കപ്പെട്ടത്. 1840 മെയ് 6 മുതൽ ലണ്ടനിലെ ജനറൽ പോസ്റ്റ് ഓഫീസുകളിൽ (GPO) നിന്ന് ഇവയുടെ വിൽപ്പനയാരംഭിച്ചു. കറുത്ത ടിക്കറ്റിന് ഒരു പെനിയും, നീല ടിക്കറ്റിന് രണ്ട് പെനിയു

ഇംഗ്ലണ്ടിലെ ആദ്യത്തെ തപാൽ സ്റ്റാമ്പ്

മായിരുന്നു വില. പലപ്പോഴും പോസ്റ്റ് ഓഫിസുകളിൽനിന്ന് പതിക്കുന്ന കറുത്ത മുദ്ര അദൃശ്യമായിപ്പോകും. അതോടെ ജനങ്ങൾ കറുത്ത സ്റ്റാമ്പ് തിരസ്കരിച്ചു. ഇത് മറികടക്കാനാണ് 1941-ൽ കറുപ്പിനുപകരം ചുവപ്പ് നിറം പ്രചാരത്തിലെത്തിയത്.

1854 വരെ തപാൽ വകുപ്പിന് മുന്നിൽ നിരവധി പ്രശ്നങ്ങളുണ്ടായിരുന്നു. കാരണം, വിൽപ്പനക്ക് മുമ്പ് ഓരോസ്റ്റാമ്പും മുറിച്ചുവെക്കണം. ഓരോ സ്റ്റാമ്പുകൾക്കുമിടയിൽ ദ്വാരങ്ങളുണ്ടാക്കി എളുപ്പത്തിൽ മുറിച്ചുമാറ്റാവുന്ന ഒരു യന്ത്രം ഇക്കാലത്താണ് ഹെൻറി ആർതർ കണ്ടുപിടിക്കുന്നത്.

സ്റ്റാമ്പുകളുടെ എണ്ണം വർധിച്ചപ്പോൾ സ്റ്റാമ്പുശേഖരണം ഒരു വിനോദമായി മാറി. 1865-ൽ ഫിലാറ്റലിയെന്ന് ഇതിന് പേര് കിട്ടി. ഇന്ന് സ്റ്റാമ്പുശേഖരണം വലിയൊരു വ്യവസായമായിത്തീർന്നിട്ടുണ്ട്. പഴക്കമേറിയതും, അപൂർവങ്ങളുമായ സ്റ്റാമ്പുകൾ ലക്ഷങ്ങൾ നൽകി വാങ്ങാൻ ഇന്ന് ആളുണ്ട്.

1847-ൽ, മൗറീഷ്യസിൽ സ്റ്റാമ്പുകളിൽ അബദ്ധത്തിൽ പോസ്റ്റ് ഓഫീസ് എന്നതിനു പകരം പോസ്റ്റ്പെയ്ഡ് എന്ന് അച്ചടിക്കപ്പെട്ടു. ഇന്ന് ലോകത്തെ ഏറ്റവും വിലയേറിയ സ്റ്റാമ്പുകളിലൊന്നാണിവ.

33

അലമാര

കേംബ്രിഡ്ജ് സെന്റ് ജോൺ കോളേജ് ലൈബ്രറിയിലെ പുസ്തക അലമാരകൾ

ലോകത്ത് ഗുഹകളിലാണ് ആദ്യമായി അലമാരത്തട്ടുകളുണ്ടാക്കിയത്. വസ്തുവകകൾ സൂക്ഷിക്കാൻ പ്രത്യേക സ്ഥലം വേണമെന്ന് തോന്നിയപ്പോഴായിരുന്നു മനുഷ്യർ അതു നിർമിച്ചു തുടങ്ങിയത്. പിന്നീട് മരങ്ങൾ വ്യാപകമായതോടെ തടികൊണ്ടുള്ള അലമാരകളും ഉപയോഗത്തിൽ വന്നു.

കാലക്രമേണ, അലമാരകളുടെ രൂപവും ആകൃതിയും മാറിക്കൊണ്ടിരുന്നു. ഉറപ്പേറിയ കൊത്തുപണികൾ നടത്തിയ അലമാരകളുടെ കാലമായിരുന്നു അടുത്തത്. ഇന്നും അക്കാലത്തെ പല അലമാരകളും മ്യൂസിയങ്ങളിലുണ്ട്.

കനംകുറഞ്ഞ, ഉറപ്പുള്ള അലമാരകളോടാണിന്ന് ജനങ്ങൾക്ക് പ്രിയം. അകം വിശാലമാണെന്നതോടൊപ്പം ചുരുങ്ങിയ സ്ഥലത്ത് വെക്കാവുന്നവയാണ് ഇവ. പുറമെനിന്ന് നോക്കിയാൽ ഉൾഭാഗം കാണാത്ത അലമാരകളിലാണ് വിലയേറിയ വസ്തുക്കളും മറ്റും സൂക്ഷിക്കാൻ കഴിയുക. വെള്ളം തട്ടിയാലോ അഗ്നിബാധയിലോ ഭൂകമ്പത്തിലോ നശിക്കാത്ത തരം അലമാരകൾ ഇന്ന് വിപണിയിലുണ്ട്.

34

ജ്വല്ലറി

സ്വർണമാവട്ടെ, രത്നമോ വജ്രമോ ആകട്ടെ, ആഭരണങ്ങൾ മനുഷ്യനെ എന്നും ആകർഷിക്കുന്നവയാണ്. ശിലായുഗത്തിൽ കല്ലുകൊണ്ടുള്ള ആഭരണങ്ങളായിരുന്നു ഉപയോഗിച്ചതെങ്കിൽ, ഇന്ന് സ്വർണം, വെള്ളി, വജ്രം തുടങ്ങിയ വിവിധ വസ്തുക്കൾ കൊണ്ടാണ് ആഭരണങ്ങൾ നിർമിക്കുന്നത്. കാഴ്ചയിൽ സൗന്ദര്യമുണ്ടാക്കുക യെന്നതാണ് ആഭരണം ധരിക്കുന്നതിന്റെ പ്രധാനലക്ഷ്യം. കാലാകാല ങ്ങളിൽ സ്ത്രീപുരുഷന്മാർ വിവിധതരം ആഭരണങ്ങൾ ധരിച്ചിരുന്നു.

ബാബിലോണിയയിൽ പിശാചുക്കളെ അകറ്റിനിർത്താൻ ചില രത്നങ്ങൾ ഉപയോഗിക്കാറുണ്ടായിരുന്നു. ഇതാണ് പിന്നീട് വർഷത്തിലെ 12 മാസങ്ങൾക്കനുസൃതമായ ജന്മദിനക്കല്ലുകളായി വർഗീകരിക്കപ്പെട്ടത്. വിലയേറിയ കല്ലുകളുടെ സാന്നിധ്യം പല രോഗങ്ങൾക്കും പ്രതിവിധിയാണെന്ന് റോമക്കാർ വിശ്വസിച്ചിരുന്നു. പൊടിക്കാൻ കഴിയാത്ത കാഠിന്യമേറിയ രത്നക്കല്ലുകൾ കഴുത്തിനു ചുറ്റുമണിഞ്ഞി

ഇറാക്കിലെ പ്രാചീന നെക്ലസ്

രുന്നു. ഇതാണ് പിന്നീട് നെക്ലേസുകളായി മാറിയത്.

ദൂരദിക്കുകളിലേക്ക് യാത്രപോകുന്നവർക്ക് രാജകീയ മുദ്ര നൽകുമായിരുന്നു. ഇന്നത്തെ പാസ്പോർട്ടിനും വിസയ്ക്കുമുള്ള സ്ഥാനമായിരുന്നു അതിന്. ഈ മുദ്രണം നഷ്ടപ്പെടുമെന്ന് ഭയന്ന് ജനങ്ങൾ വിരലിൽ ധരിച്ചുതുടങ്ങി. ഇതാണ് മോതിരമായി മാറിയത്.

വിലയേറിയ രത്നക്കല്ലുകളിൽ മുത്തുകൾക്ക് പ്രത്യേക സ്ഥാനമുണ്ട്. ഒരു യക്ഷിയുടെ കണ്ണീരായോ, തണുത്ത തുഷാരബിന്ദുക്കളായോ ആണ് ഇവ ഗണിക്കപ്പെട്ടിരുന്നത്. ലോകത്തെ ആദ്യത്തെ മുത്ത് നിർമിക്കപ്പെട്ടത് റോമിലാണ്.

ലോകത്തെ ഓരോ വലിയ വജ്രങ്ങളുടെയും പിന്നിൽ എന്തെങ്കിലും ഒരു കഥയുണ്ടാകും. ഇന്ത്യയുടെ പ്രശസ്തമായ 'കോഹിനൂർ' വജ്രത്തെക്കുറിച്ച് അറിയാത്തവരുണ്ടോ? പലതവണ ഇതു നമ്മുടെ നാട്ടിൽ നിന്ന് മോഷണംപോയിട്ടുണ്ട്. ഇംഗ്ലണ്ട് രാജ്ഞിയുടെ കിരീടത്തിലാണ് ഇന്ന് ഈ രത്നം നിലകൊള്ളുന്നത്.

ഫ്രാൻസിലെ 'ഹോപ്പ് രത്ന'വുമായി ബന്ധപ്പെട്ടതാണ് മറ്റൊരു കഥ. ലൂയി 14-ാമൻ രാജാവിന്റേതാണിത്. ഈ മരണരത്നം ആര് ധരിക്കുന്നുവോ, അവർ അധികകാലം ജീവിക്കില്ലെന്നായിരുന്നു ജനങ്ങളുടെ വിശ്വാസം. അവർ അപകടത്തിൽപ്പെടുകയോ, കൊല്ലപ്പെടുകയോ ആത്മഹത്യചെയ്യുകയോ ചെയ്യാം. അമേരിക്കയിലെ സ്മിത്ത് സോനിയൻ ഇൻസ്റ്റിറ്റ്യൂട്ടിലാണിത് സൂക്ഷിച്ചിരിക്കുന്നത്.

വിലയേറിയ ആഭരണങ്ങൾ വളരെ ചെറിയതായിരിക്കും. അതിനാൽ ചെറിയ പെട്ടികളിൽവരെ ഭദ്രമായി സൂക്ഷിക്കാനാവും. അതാണ് പലപ്പോഴും കള്ളന്മാരെ ആകർഷിക്കുന്നത്.

യഥാർഥ ആഭരണങ്ങളുടെ പതിപ്പുകളോ, അനുകരണങ്ങളോ ഇന്ന് വ്യാപകമാണ്. അവ കാഴ്ചയിൽ ഒരേപോലെയാണെന്ന് മാത്രമല്ല, വിലയും താങ്ങാവുന്നതായിരിക്കും. മോഷണമോ മറ്റോ ഭയപ്പെടാനുമില്ല. പക്ഷേ യഥാർഥ ആഭരണങ്ങളെ വെല്ലാൻ ഇതിന് സാധിക്കില്ലെന്നത് വേറെ കാര്യം.

35

പെൻസിൽ

എ ഡി 1564-ലാണ് പെൻസിലിന്റെ കഥയാരംഭിക്കുന്നത്. കൂരിരുട്ട് പിടിച്ച ഒരു രാത്രിയിൽ ഇംഗ്ലണ്ടിലെ ബ്യൂറോഡെയ്ൽ നഗരത്തിൽ ഭീകരമായ കൊടുങ്കാറ്റ് വീശി. ധാരാളം മരങ്ങൾ കടപുഴകി വീണു.

അടുത്തദിവസം ആട്ടിടയന്മാർ പുറത്തിറങ്ങിയപ്പോൾ ഒരു മരത്തിന്റെ വേരിനടുത്ത് കുറച്ച് കറുത്ത കല്ലുകൾ ചിതറിക്കിടക്കുന്നത് കണ്ടു. കൽക്കരിക്കഷ്ണങ്ങളാണെന്ന് കരുതി അവർ അവ പൊട്ടിച്ച് ചെറിയ കഷണങ്ങളാക്കി വിറകായി ഉപയോഗിച്ചു നോക്കി. പക്ഷേ അത് തീരെ കത്തുന്നില്ല. മാത്രമല്ല, സ്പർശിച്ചുനോക്കിയപ്പോൾ കൈകളിൽ അഴുക്കുണ്ടാക്കി. അത് കൽക്കരിയല്ലെന്നും വാഡുകളാണെന്നും അവർക്ക് മനസിലായി. അക്കാലത്ത് ഗ്രാഫൈറ്റുകൾ വാഡ് എന്നാണറിയപ്പെട്ടിരുന്നത്.

ഈ കറുത്ത കല്ലുകളുപയോഗിച്ച് അവർ ആടുകൾക്ക് അടയാളം വെക്കാൻ തുടങ്ങി. അവയിൽനിന്ന് വാഡുകളുടെ നീളമുള്ള കഷ്ണങ്ങളുണ്ടാക്കി ചുറ്റും നൂലുകൊണ്ട് കെട്ടും. അതുമൂലം പിടിക്കാനും കൈകൾ വൃത്തിയായി സൂക്ഷിക്കാനും എളുപ്പമായിരുന്നു. ഇങ്ങനെയാണ് ലോകത്തെ ആദ്യത്തെ പെൻസിൽ ജനിക്കുന്നത്. ക്രമേണ ഇത് ഇംഗ്ലണ്ടിലുടനീളം വ്യാപിച്ചു. സൗകര്യപ്രദവും ഉപയോഗപ്രദവുമായിരുന്നു ഈ പെൻസിലുകൾ.

1565-ൽ, കൊൺറേഡ് ജെസ്നർ ഒരു മരക്കഷണത്തിൽ ഒരുനേരിയ ഗ്രാഫൈറ്റ് ഘടിപ്പിക്കുകയും വരച്ചു തുടങ്ങുകയും ചെയ്തു. ഇന്നത്തെ പെൻസിലുകളുടെ പഴയ രൂപമായിരുന്നു ഇത്. ബ്യൂറോഡെയ്ൽ വാഡുകളുടെ കലവറയായിരുന്നു. പക്ഷേ മറ്റു യൂറോപ്യൻ രാജ്യങ്ങൾക്ക് ഈ ഭാഗ്യമുണ്ടായിരുന്നില്ല. അങ്ങനെ വാഡുകൾക്ക് ബദ

ലന്വേഷിക്കുകയായിരുന്നു അവർ. ഗ്രാഫൈറ്റ് പൊടിയിൽ സൾഫറോ, പശയോ ചേർത്താണ് ജർമനിക്കാർ പരീക്ഷിച്ചത്. ഭാഗികമായി വിജയമായിരുന്നുവെങ്കിലും ഇവയ്ക്ക് വേണ്ടത്ര ഗുണമുണ്ടായിരുന്നില്ല.

നെപ്പോളിയന്റെ കാലത്താണ് ഇതിന് ശാശ്വതമായൊരു പരിഹാരമുണ്ടായത്. യുദ്ധവേളയിൽ, ഇംഗ്ലണ്ട് ഫ്രാൻസിലേക്ക് ഗ്രാഫൈറ്റ് അയക്കുന്നത് നിർത്തി. ഗ്രാഫൈറ്റിന് ബദലന്വേഷിക്കാൻ നെപ്പോളിയൻ നിക്കോളസ് ജാക്വിസ് കോൺടെക്ക് നിർദേശം നൽകി. നിരവധി കഠിനപ്രയത്നങ്ങൾക്കൊടുവിൽ, ഗ്രാഫൈറ്റ് പൊടി കളിമണ്ണുമായി ചേർത്താൽ ചെറിയ കഷ്ണങ്ങളാക്കി മുറിക്കാൻ കഴിയുമെന്ന് കോൺടെ മനസിലാക്കി. ചൂളയിലിട്ട് ചൂടാക്കിയാൽ ഈ കഷ്ണങ്ങൾക്ക് ബലം കൂടും.

അതേസമയത്തുതന്നെയാണ്, വിയന്നയിലെ ജോസഫ് ഹാർഡ്മത്ത് മറ്റൊന്ന് കണ്ടെത്തുന്നത്. ഗ്രാഫൈറ്റ് പൊടിയിൽ ചേർക്കുന്ന കളിമണ്ണാണ് പെൻസിലിന്റെ മാർദവത്തെ നിർണയിക്കുന്നത്. ഇന്നും, ഈ തത്വമനുസരിച്ചാണ് പെൻസിലുകൾ നിർമിക്കുന്നത്.

1950–ൽ, ഖരരൂപത്തിലുള്ള ഗ്രാഫൈറ്റിന് പകരം ദ്രാവക ഗ്രാഫൈറ്റുകളുപയോഗിച്ചുള്ള പരീക്ഷണങ്ങൾ നടത്തി. ഇത്തരം പെൻസിലുകളിലെ ഗ്രാഫൈറ്റുകൾ പൊട്ടുകയോ, വീണ്ടും ബലപ്പെടുത്തുകയോ ചെയ്യേണ്ടതില്ല. ഒരു പ്രത്യേക ദ്രാവകത്തിൽ ചേർത്താണ് ഗ്രാഫൈറ്റ് പൊടി കട്ടിയേറിയ കുഴമ്പു രൂപത്തിലാക്കുന്നത്. ഇത് വേണ്ടത്ര പ്രായോഗികമായിരുന്നില്ല. പ്രധാനമായും അനാകർഷകവുമായിരുന്നു അത്. ഇതിന് കട്ടികൂട്ടാൻ മർദം പ്രയോഗിക്കുമ്പോൾ അതുമൂലം കടലാസിൽ കറുത്ത വര വീഴുന്നു. അത് മായ്ക്കാൻ പ്രയാസവുമായിരുന്നു.

ഇന്ന് ഒരു പെൻസിലിന്റെ സാധാരണ ആയുസ്സ് 45000 വാക്കുകളോ, 85മൈൽ നീളമുള്ള വരയോ ആണ്. പക്ഷേ ഒരു കാര്യം തീർച്ചയാണ്, ലെഡ് പെൻസിലിൽ അൽപ്പം പോലും ലെഡ് ഇല്ല, തനിഗ്രാഫൈറ്റാണ്. പെൻസില്ലസ് എന്ന ലാറ്റിൻ പദത്തിൽ നിന്നാണ് പെൻസിൽ ഉത്ഭവിക്കുന്നത്. ചെറിയ വാൽ എന്നാണർഥം. ഇന്ന് 350 തരം പെൻസിലുകളുണ്ട്. ഗ്ലാസിലോ, വസ്ത്രത്തിലോ, പ്ലാസ്റ്റിക്കിലോ മറ്റോ എഴുതാൻ കഴിയുന്നവയുമുണ്ട്.

36

സ്റ്റാപ്ളർ

സ്റ്റാപ്ളറിന്റെ ഉത്ഭവം അജ്ഞാതമാണ്. എന്നാൽ 19-ാം നൂറ്റാണ്ടിന്റെ തുടക്കത്തിൽത്തന്നെ ഓഫീസുകളിൽ ഇതിന്റെ പ്രാഗ്‌രൂപമുണ്ടായിരുന്നുവെന്നതിന് തെളിവുണ്ട്. അന്ന് ഓരോ തവണയും പിന്നുകൾ ഇട്ടുകൊണ്ടേയിരിക്കണം. അതൊരു ശല്യം പിടിച്ച ഏർപ്പാട് തന്നെയായിരുന്നു.

പിന്നീട് സ്റ്റാപ്ളറിന്റെ രൂപം മാറി. ഒരു സമയത്ത് 25 പിന്നുകൾ വരെ നിക്ഷേപിക്കാവുന്നരീതിയിലായി. പക്ഷേ, വലിയ ആകൃതിയിലുള്ള സ്റ്റാപ്ലറുകളിൽ ചുറ്റികകൊണ്ട് അടിക്കണമായിരുന്നു. സമീപകാലത്ത് വിരൽകൊണ്ട് അമർത്തിയുപയോഗിക്കാവുന്ന സ്റ്റാപ്ളറുകൾ എത്തി.

മനുഷ്യർക്ക് പല ആശയങ്ങളും ഇവ നൽകിയിട്ടുണ്ട്. സ്റ്റാപിൾ കമ്പികളിട്ട തോക്കുകൾ വന്നപ്പോൾ ആണിയും ചുറ്റികയും വഴിമാറി. മേശ, കസേര, ബോട്ട്, കാർ തുടങ്ങിയവയുണ്ടാക്കാനും കർട്ടനുകളും സോഫാകവറുകളുമൊക്കെ ഘടിപ്പിക്കാനുംമറ്റും ആശാരിമാരും തയ്യൽക്കാരുമെല്ലാം ഇത് ഉപയോഗിക്കാറുണ്ട്. ബോർഡിൽ ക്യാൻവാസ് വെക്കാൻ ചിത്രകാരന്മാർക്കും ഇത് സഹായകരമാണ്.

വൈദ്യമേഖലയിലും സ്റ്റാപ്ളറിന്റെ സാന്നിധ്യം പ്രധാനമാണ്. ശസ്ത്രക്രിയയ്ക്ക് ഉപയോഗിക്കാനാവശ്യമായ സ്റ്റാപ്ളർ ഒരു ഹംഗറിക്കാരനാണ് ഉണ്ടാക്കിയത്. ഇതു പക്ഷേ അത്ര വിജയകരമായിരുന്നില്ലെങ്കിലും ഒരടിത്തറയിടാൻ ഇതു കാരണമായി. 1870 കളിൽ ശസ്ത്രക്രിയയ്ക്ക് ശേഷം മുറിവ് തുന്നിക്കെട്ടാൻ സാധിക്കുന്ന സ്റ്റാപ്ളറുകൾ അമേരിക്കൻ ശാസ്ത്രജ്ഞർ നിർമിക്കുകയുണ്ടായി. ഇവ തുരുമ്പില്ലാത്ത ഇരുമ്പിൽ നിർമിക്കുന്നതിനാൽ അണുബാധ ഭയക്കാനില്ല. B ആകൃതിയിലുള്ള ഇത്തരം സ്റ്റാപ്ളറുകൾ രക്തസ്രാവവും ഉണ്ടാക്കുകയില്ല.

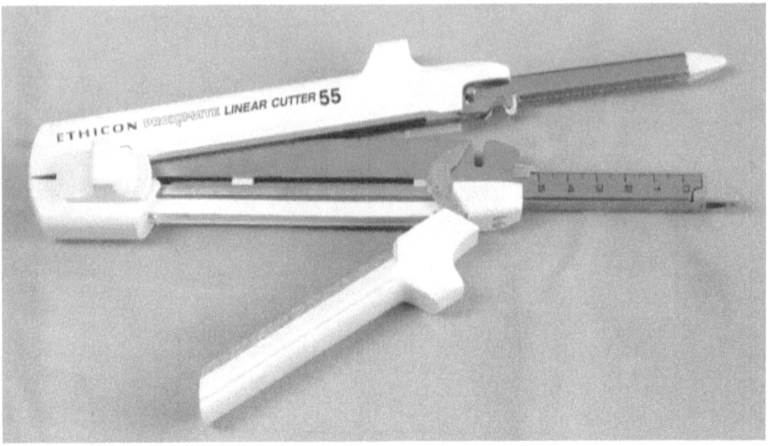

ശസ്ത്രക്രിയയ്ക്ക് ഉപയോഗിക്കുന്ന സ്റ്റാപ്ളർ

പൊണ്ണത്തടിയന്മാർക്കും സ്റ്റാപ്ളർകൊണ്ട് പ്രയോജനമുണ്ട്. ഭക്ഷണ നിയന്ത്രണം സാധിക്കാത്തവർ, വയറിൽ സ്റ്റാപ്ളർപിൻ നിക്ഷേപിക്കുമ്പോൾ അത് ചെറുതായിത്തീരുന്നു. ആവശ്യത്തിലേറെ തിന്നാൻ ശ്രമിക്കുമ്പോൾ ഉദരം വലിയുകയും പിന്നുകൾ വയറിൽ വേദനയുണ്ടാക്കുകയും ചെയ്യും. അതോടെ അവർക്ക് കൂടുതൽ തിന്നാനാവില്ല. ചെവിയിൽ സ്റ്റാപ്ളർപിന്നുകളിട്ടു ചികിത്സിക്കുന്ന രീതി അക്യുപങ്ചറിലുണ്ട്. രോഗിക്ക് വിശക്കുമ്പോൾ ചെവിമാന്താൻ ആവശ്യപ്പെടും. വിശപ്പിന്റെ കാഠിന്യം ഈ രീതിയിലൂടെ ഗണ്യമായി കുറയ്ക്കാമെന്ന് കണ്ടെത്തിയിട്ടുണ്ടത്രെ.

37

ഫോർക്ക്

സ്പൂൺ

ശിലായുഗത്തിൽ തീ കണ്ടുപിടിച്ചതോടെ വേവിച്ച മാംസം മനുഷ്യൻ കഴിച്ചു തുടങ്ങിയതായി അനുമാനിക്കപ്പെടുന്നു. ചൂടുള്ള ഭക്ഷണം അവന്റെ കൈപൊള്ളിച്ചപ്പോൾ പകരം കണ്ടെത്തിയതാണ് സ്പൂൺ. കല്ലോ, എല്ലോ, ഒച്ചുകളുടെ പുറംതോടുകളോ ഉപയോഗിച്ചായിരുന്നു അന്ന് സ്പൂണുകൾ നിർമിച്ചിരുന്നത്. പിന്നീട് മരത്തിന്റെ സ്പൂണുകൾ വന്നപ്പോൾ നൂറ്റാണ്ട് കാലത്തോളം അതുപ്രചാരത്തിലുണ്ടായിരുന്നു. അതിൽ മനോഹരമായ കൊത്തുവേലകളും നടത്തിയിരുന്നു. 'സ്പോൺ' എന്ന ഇംഗ്ലീഷ് പദത്തിൽ നിന്നാണ് സ്പൂൺ എന്ന വാക്കുണ്ടായത്. മരക്കഷണം എന്നാണർഥം.

പിന്നീട്, ലോഹങ്ങൾ കണ്ടുപിടിക്കപ്പെട്ടതോടെ, ചെമ്പിലും പിച്ചളയിലും ഇരുമ്പിലും നിർമിതമായ സ്പൂണുകൾ സാധാരണമായി. സ്വർണ-വെള്ളി സ്പൂണുകൾ കൊണ്ടായിരുന്നു സമ്പന്നർ ഭക്ഷണം കഴിച്ചിരുന്നത്.

കത്തി

ഭക്ഷണം കഴിക്കുന്നതിനായി മനുഷ്യൻ എന്നുമുതൽ കത്തി ഉപയോഗിച്ചുവെന്ന് പറയാനാവില്ലെങ്കിലും, മനുഷ്യൻ വേട്ടയാടാൻ തുടങ്ങിയ കാലത്തോളം കത്തികൾക്ക് പഴക്കമുണ്ട് എന്ന് പറയാം. സ്വന്തം പല്ലുകളെടുക്കാൻ ഇതേ കത്തികളായിരുന്നു ഉപയോഗിച്ചിരുന്നതെന്നത് വിചിത്രമായിത്തോന്നാം.

ഫ്രഞ്ചുകാരനായ കർദിനാൾ റിചല്യൂവാണ് മൂർച്ചയില്ലാത്ത

കത്തികൾ കണ്ടുപിടിച്ചത്. പിന്നീട്, മൂർച്ചയുള്ള കത്തികളുടെ ഉപയോഗം ഫ്രഞ്ച് ഭരണകൂടം നിരോധിച്ചപ്പോൾ ഈ കത്തികൾ പ്രചാരം നേടി. 19-ാം നൂറ്റാണ്ടിന്റെ അവസാനംവരെ ഇംഗ്ലണ്ടും ഇത്തരം കത്തികൾ അംഗീകരിച്ചിരുന്നില്ല.

ഇന്ന് കത്തിയും ഫോർക്കും സ്പൂണുമാണ് ലോകത്തെ തീൻമേശകളിലെ പ്രധാന ഉപകരണങ്ങൾ.

38

പിൻ, സേഫ്റ്റിപിൻ

പിൻ

പ്രാചീനകാലത്തുതന്നെ മനുഷ്യൻ പിന്നുകൾ കണ്ടുപിടിച്ചിരുന്നു. അന്നത്തെവസ്ത്രങ്ങൾ മൃഗത്തോലുകളിലുണ്ടാക്കിയിരുന്നു. ഇവ ധരിച്ചാൽ രണ്ടറ്റങ്ങളും ചേർത്തുകെട്ടാൻ എല്ലുകൊണ്ടോ മുള്ളുകൊണ്ടോ ഉണ്ടാക്കിയ പിന്നുകളായിരുന്നു അവർ ഉപയോഗിച്ചിരുന്നത്. ലോഹയുഗത്തിൽ വിവിധതരം ലോഹങ്ങളാൽ നിർമിതമായ പിന്നുകളുണ്ടായി. പക്ഷേ അവയുടെ രൂപവും മാതൃകയും മാറിയില്ല. ഇത്തരം പിന്നുകളുടെ ഒരറ്റത്ത് ദ്വാരമുണ്ടാക്കിയാണ് തയ്യൽ സൂചികൾ വരെ ഉണ്ടാക്കുന്നത്.

വിവിധ ആവശ്യങ്ങൾക്ക് പിന്നുകൾ ഉപയോഗിക്കാറുണ്ട്. 14-ാം നൂറ്റാണ്ടിൽ ഇവയുടെ ആവശ്യം വർധിച്ചപ്പോൾ ഇംഗ്ലണ്ടിലെ രാജ്ഞി പിന്നുകൾക്ക് നികുതി ചുമത്തിയത്രെ. ഓരോ വർഷവും ജനുവരി 1, 2 ദിനങ്ങളിൽ മാത്രമേ സാധാരണക്കാർക്ക് നികുതിമുക്തമായ പിന്നുകൾ വാങ്ങാൻ സാധിച്ചിരുന്നുള്ളു. അന്നേക്ക് ഇവ വാങ്ങാനായി സ്ത്രീകൾ വർഷം മുഴുവൻ പണം സ്വരൂപിച്ചുവെക്കും.

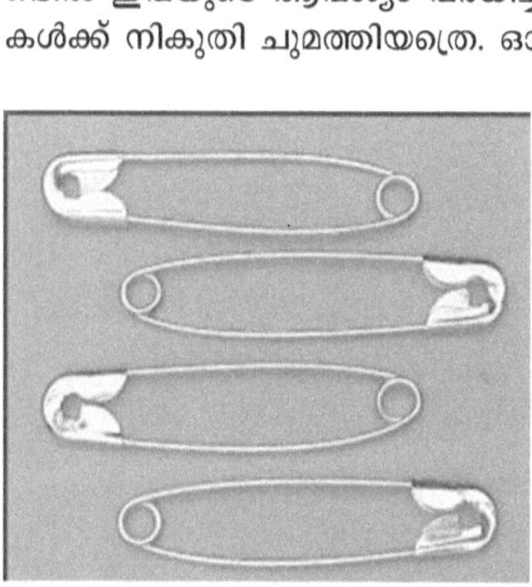

സേഫ്റ്റി പിന്നുകൾ

സേഫ്റ്റി പിന്നുകൾ കണ്ടുപിടിച്ചത് 19-ാം നൂറ്റാണ്ടിലായിരുന്നു

വെന്ന അബദ്ധധാരണയുണ്ട്. സത്യത്തിൽ ലോഹയുഗത്തിൽത്തന്നെ ഇവ റോമിൽ പ്രചാരത്തിലുണ്ടായിരുന്നു. റോമിലെ പുരാതന കുടീരങ്ങളിൽ നിന്ന് ലോഹനിർമിത സേഫ്റ്റി പിന്നുകൾ കണ്ടെടുക്കപ്പെട്ടിട്ടുണ്ട്. റോമാ സാമ്രാജ്യം തകർന്നതോടെ ഈ സ്ഫേറ്റിപിന്നുകളും മണ്ണടിഞ്ഞു വെന്നത് മറ്റൊരു കഥ.

1840 കളിൽ ഈ പിന്നുകൾ വീണ്ടും കണ്ടെത്തുകയുണ്ടായി. ന്യൂയോർക്കിലെ ദരിദ്രനായ മനുഷ്യനായിരുന്നു വാൾട്ടർ ഹണ്ട്. ഒരു ദിവസം അദ്ദേഹം പിന്നെടുത്ത് മടക്കിയപ്പോൾ സേഫ്റ്റിപിന്നിന് രൂപം കിട്ടി. അത് ഏറെ പ്രയോജനകരമായി അദ്ദേഹത്തിന് തോന്നി. അന്ന് വൻ കടബാധ്യതയിൽ കഴിയുകയായിരുന്നു ഹണ്ട്. അദ്ദേഹം തന്റെ പിന്നുകൾ മുഴുവൻ ഒരു കച്ചവടക്കാരന് നൽകി. പകരം അദ്ദേഹം കടം വീട്ടിക്കൊള്ളും. കേവലം മൂന്നുമണിക്കൂർകൊണ്ടാണ് ഇവയൊക്കെ നടന്നത്. ഇതോടെ സേഫ്റ്റിപിൻ ഒരു കൊടുങ്കാറ്റുപോലെ വ്യാപിച്ചു.

39

ബോൾപോയിന്റ് പേന

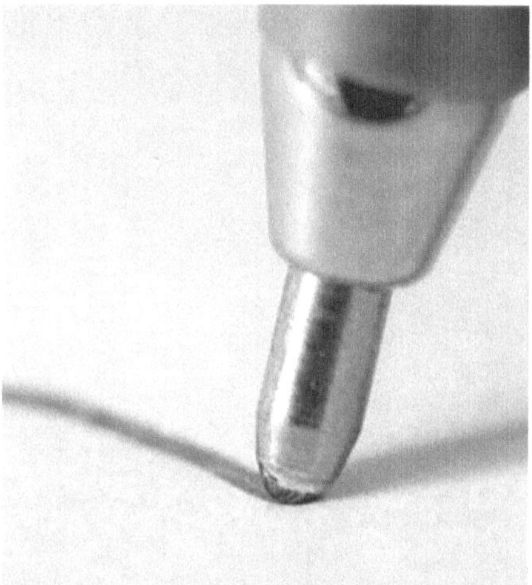

ആയിരത്തിത്തൊള്ളായിരത്തി നാൽപ്പത്തഞ്ചിൽ, ന്യൂയോർക്കിലെ ഡിപ്പാർട്ട്മെന്റൽ സ്റ്റോറിന് മുന്നിൽക്കണ്ട നീണ്ടവരി എല്ലാവരുടെയും ശ്രദ്ധയാകർഷിച്ചു. 12.50 ഡോളർ വിലവരുന്ന ഒരു പ്രത്യകതരം പേനവാങ്ങിയാണ് ജനങ്ങൾ ഈ സ്റ്റോറിൽനിന്ന് പുറത്തുവരുന്നത്. ഈ പേനകൊണ്ട് വെള്ളത്തിനടിയിൽപ്പോലും എഴുതാനാകുമെന്നാണ് ഈ സ്റ്റോറിന്റെ അവകാശവാദം. തെളിവായി സ്റ്റോറിന്റെ ഷോപ്പിങ്ജാലകത്തിനടുത്ത് വെള്ളത്തിൽ എഴുതുന്നത് പ്രദർശിപ്പിക്കുകയും ചെയ്തിരുന്നു.

ഒരാഴ്ചയ്ക്കകം 25000 പേനയാണ് സ്റ്റോർ വിറ്റത്. ഇന്നത്തെ ബോൾപേനയായിരുന്നു അത്. ഡോട്ട്പെൻ എന്നും ഇതിന് പേരുണ്ട്. ചിക്കാഗോയിലെ മിൽട്ടൺ റെയ്നോൾഡ്സായിരുന്നു ഈ പരസ്യത്തിന്റെ ഉപജ്ഞാതാവ്. 1937-ൽ അർജന്റീനയിലെ ലസാലോ ബൈറോ ആണ് ബോൾപേന കണ്ടെത്തിയത്.സഹോദരൻ ജോർജ് ബൈറോയുമൊത്ത് ഈ കണ്ടുപിടിത്തത്തിന്റെ പേറ്റന്റ് അദ്ദേഹം നേടി.

ഈ കഥയുടെ കൗതുകജനകമായൊരു മറുവശമുണ്ട്. റെയ്നോൾഡ്സിന്റെ എതിരാളികൾ റോക്കറ്റ്പെൻ എന്ന ഉൽപ്പന്നം അവതരിപ്പിച്ചു. റോക്കറ്റ് പേനയുടെ പരസ്യം ഇതായിരുന്ന. "പൂട്ടുകൾ ഉരുക്കാം, കല്ലിന്മേൽ എഴുതാം, നിങ്ങളുടെ നരച്ചമുടി മാറ്റാം...." വാസ്തവത്തിൽ അത്തരമൊരു പേന ഉണ്ടായിരുന്നില്ലതന്നെ! ബാൾപോയിന്റ് നേടിയ സ്വാധീനം ഉപഭോക്താക്കളിൽ സൃഷ്ടിക്കാനൊന്നും റോക്കറ്റ് പേനയ്ക്ക് സാധിച്ചില്ല. എന്നാൽ ബോൾപേനയുടെ ഗുണം അവർക്കുതന്നെ ശത്രുവായി മാറി. തുടർച്ചയായ ചോർച്ച പേനയെ ബാധിച്ചുതുടങ്ങി. മാസങ്ങൾക്കകംതന്നെ ആവേശത്തോടെ പേനവാങ്ങിയ ഉപഭോക്താക്കൾ അതു തിരിച്ചു നൽകാനായി സ്റ്റോറിലെത്തിത്തുടങ്ങി. ബോൾ പേനയുടെ മായാജാലം വ്യാജമാണെന്നവർക്ക് തോന്നി. പേനയുടെ വീരകഥകൾക്ക് അന്ത്യം കുറിക്കാൻ പോകുന്നതായി പലരും ഭയപ്പെട്ടു. എന്നാൽ സംഭവിച്ചത് അതൊന്നുമായിരുന്നില്ല.

പേനയുടെ ഗുണം വർധിപ്പിച്ച നിർമാതാക്കൾ വിലയും കുറച്ചു. പേനയുടെ പരിഷ്കരിച്ച രൂപം വൈകാതെ വിപണിയിലെത്തി. വെറും 19 സെന്റായിരുന്നു പിന്നീടതിന്റെ വില. ഇന്ന് ലോകത്താകമാനം ബോൾപേന ഉപയോഗിക്കപ്പെടുന്നുണ്ട്. ദിവസേന മില്യൺ കണക്കിനു പേനകളാണ് വിപണിയിൽ വിറ്റഴിക്കപ്പെടുന്നത്.

40

ടൂത്ത് ബ്രഷ്

നെപ്പോളിയൻ ബോണപ്പാർട്ടിന്റെ ടൂത്ത് ബ്രഷ്

ഇംഗ്ലണ്ടിലെ ന്യൂഗേറ്റ് ജയിലിൽ വച്ച് 1780-ലാണ് ടൂത്ത്ബ്രഷ് നിർമിക്കപ്പെട്ടത്. നഗരത്തിൽ ലഹളയുണ്ടാക്കിയതിന്റെ പേരിൽ വില്യം ആഡിസ് എന്നയാളെ അവിടെ പാർപ്പിച്ചിരുന്നു. എല്ലാ തടവുകാരെയും പോലെ, പല്ലു വൃത്തിയാക്കുന്നതിൽ അയാൾക്കും പ്രശ്നങ്ങളുണ്ടായിരുന്നു. കൈവിരലോ മൃദുവായ തടിക്കഷ്ണമോ ഉപയോഗിച്ചാണതു നിർവഹിച്ചിരുന്നത്. ഒരു നാൾ, ഒരു മൃഗത്തിന്റെ എല്ലെടുത്ത് അദ്ദേഹം അതിൽ ചെറിയ ചെറിയ ദ്വാരങ്ങളുണ്ടാക്കി. മൃഗത്തിന്റെ മാർദവമേറിയ രോമങ്ങൾ അതിൽ ഘടിപ്പിച്ചു. ഇതായിരുന്നു ലോകത്തിലെ ആദ്യ ടൂത്ത്ബ്രഷ്.

കാലക്രമേണ, ജയിലിലെ സ്റ്റാഫുകളുൾപ്പെടെ പലരും ഈ ടൂത്ത്ബ്രഷ് ഉപയോഗിച്ചു തുടങ്ങി. ഇതോടെ ആഡിസ് പ്രശസ്തനായി മാറി. ജയിൽ മുക്തനായ ശേഷം അദ്ദേഹം ടൂത്ത് ബ്രഷ് നിർമാണമാരംഭിച്ചു. വൻ വിജയമായിരുന്നു ഇത്. എല്ലുകൾക്കു പകരം, ലോഹങ്ങളും, മരങ്ങളുമൊക്കെയായിരുന്നു അദ്ദേഹം ഉപയോഗിച്ചത്.

1938-ൽ, പ്ലാസ്റ്റിക്കും, നൈലോണും കണ്ടുപിടിച്ച ശേഷം ആദ്യമായി നൈലോണിന്റെ ബ്രഷ് രംഗത്തുവന്നു. അതോടെ ബ്രഷുകൾ വിവിധ രൂപത്തിലും ആകൃതിയിലും വിപണിയിലെത്തിത്തുടങ്ങി. സ്വയം പ്രവർത്തിക്കുന്ന ബ്രഷുകളും ഇന്ന് ലഭ്യമാണ്.

41

ടൈ

വിയർപ്പകറ്റാൻ തൊഴിലാളികൾ കഴുത്തിൽ ചുറ്റിയ തുണിയാണ് പിന്നീട് 'ടൈ' ആയി മാറിയത്. ലൂയി നാലാമന്റെ കാലത്ത് ഫ്രഞ്ച് ഭടന്മാർ കെട്ടുകളിട്ട ടൈ ധരിച്ചിരുന്നു. ക്രവാത് എന്നായിരുന്നു അന്ന് അതിന്റെ പേര്. ഇതിൽ ആകൃഷ്ടരായ ഫ്രഞ്ച് പ്രമാണികളും ടൈ ധരിച്ചു തുടങ്ങി. ഫ്രഞ്ച് വിപ്ലവം കഴിഞ്ഞതോടെ ടൈ പഴഞ്ചനായിത്തീർന്നു.

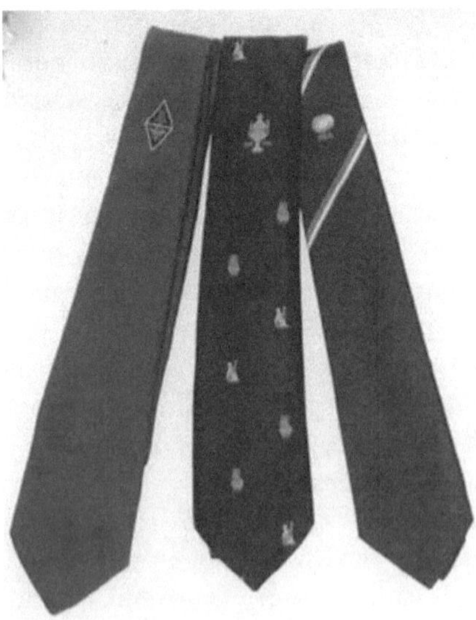

19-ാം നൂറ്റാണ്ടിൽ യൂറോപ്പിൽ ടൈ വീണ്ടും പ്രചാരത്തിലെത്തി. ടൈകൾ പല രൂപത്തിലായിരുന്നു. നേരിയത്, കട്ടികൂടിയത്, അയച്ചു കെട്ടിയത്, മുറുക്കിക്കെട്ടിയത്....1818-ൽ പ്രസിദ്ധീകരിക്കപ്പെട്ട *Neckcloshiana alias Tietania* എന്ന ഗ്രന്ഥത്തിൽ 20-ഓളം വിവിധതരം ടൈകളെക്കുറിച്ച് വിവരിക്കുന്നുണ്ട്.

അക്കാലത്ത് ടൈ ധരിക്കുന്നത് ഒരു കലയായിട്ടാണ് കരുതപ്പെട്ടിരുന്നത്. ഏറ്റവും മികച്ച രീതിയിൽ ടൈ കെട്ടാൻ വിലയേറിയ സമയമാണ് ആളുകൾ ചെലവഴിച്ചത്. ഈ പ്രശ്നം പരിഹരിക്കാൻ കെട്ടി

വച്ച ടൈ വിൽപ്പന തുടങ്ങിയത് സീർസ്റോബക്ക് ആണ്. ഇന്നത്തെ സ്കൂൾ വിദ്യാർഥികളുടെ ടൈക്ക് തുല്യമായിരുന്നു അവ. വിലയും ഏറെ കുറവായിരുന്നു. ആറു ടൈ വാങ്ങാൻ ഒരു ഡോളർ മതി.

കഴുത്തിൽ കെട്ടിയാൽപ്പോലും പുറത്ത് ചുളിവുകൾ കാണാത്തവിധമായിരുന്നു ടൈ നിർമിക്കുന്നത്. 1920-ൽ ജെസ്സി ലാങ്സ്ഡോർഫാണ് നാമിന്ന് ഉപയോഗിക്കുന്ന ആധുനിക ടൈകൾ നിർമിച്ചത്. അന്നുമുതലാണ് ടൈ മനുഷ്യന്റെ ഔപചാരികവേഷത്തിൽ അവിഭാജ്യഘടകമായിത്തീർന്നത്.

പാരീസിലെ ഒരു നിശാക്ലബിൽ ടൈയുമായി ബന്ധപ്പെട്ട കളി പ്രസിദ്ധമാണ്. ക്ലബിലെ ഒരു കൂട്ടം സ്ത്രീകൾ ഒരു പുരുഷനെക്കൊണ്ട് പാട്ടു പാടാനും നൃത്തം ചെയ്യാനും ആവശ്യപ്പെടും. അദ്ദേഹം തയാറായില്ലെങ്കിൽ, ടൈയുടെ താഴ്ഭാഗം മുറിച്ചുകളയും. അപ്പോൾ കാഴ്ചക്കാർ അയാളെ കളിയാക്കും. ഇത് ഒഴിവാക്കാനായി പറയുന്നതെന്തും അയാൾ അനുസരിക്കും.

42

ഡൈ നിറങ്ങൾ

വർണങ്ങൾ നമ്മുടെ ജീവിതത്തെ സുന്ദരമാക്കുന്നു. എങ്ങനെയാണ് ഡൈ നിറങ്ങൾ ഉത്ഭവിച്ചത്. 1856-ൽ, ലണ്ടനിലെ റോയൽ കോളേജിൽ, 18 കാരനായ വില്യം ഹെൻറി പെർകിൻസ് കെമിസ്ട്രി പഠിച്ചുകൊണ്ടിരിക്കുമ്പോഴായിരുന്നു അത്. അന്വേഷണത്വരയുള്ള വിദ്യാർഥിയായിരുന്നു പെർകിൻസ്. ഒഴിവുവേളകളിൽ പല പരീക്ഷണങ്ങളും നടത്തും. മലേറിയയ്ക്കുള്ള മരുന്നിനുവേണ്ടി പരിശ്രമിക്കുകയായിരുന്നു അക്കാലത്ത്.

ഒരു ദിവസം, ഒരു പരീക്ഷണം നടത്തിക്കൊണ്ടിരിക്കുമ്പോൾ ചില രാസവസ്തുകൾ കൂട്ടിക്കലർത്തി ഒരു കട്ടികൂടിയ കറുത്ത കട്ട ഉണ്ടാക്കി. അതെന്തെന്നറിയാൻ അദ്ദേഹം അത് ആൽക്കഹോളിലിട്ടു. അത്ഭുതം, ആൽക്കഹോളിന് കടും ഊതനിറം. ഇതിൽ ഒരു സിൽക്കു വസ്ത്രമിട്ടപ്പോൾ അതിലും അതേനിറം ഇളകിപ്പോകാത്തവിധം പിടിച്ചിരുന്നു. ഇംഗ്ലണ്ടിലെ ഒരു ഡൈയിങ് കമ്പനിയുടെ അഭിപ്രായത്തിനായി ഈ വസ്ത്രം അദ്ദേഹം അയച്ചുകൊടുത്തു. തികച്ചും അനുകൂലമായിരുന്നു അവരുടെ മറുപടി-നിങ്ങളുടെ ഈ നിറം സ്ത്രീകൾക്ക് ഇഷ്ടപ്പെടുകയും, നിങ്ങളുടെ അവകാശവാദം ശരിയാവുകയുമാണെങ്കിൽ, നിങ്ങൾ ഒരു ലക്ഷാധിപതിയാവുകയാണ്.

ഭാഗ്യമെന്നുപറയാം, പെർക്കിന്റെ ഈ ഡൈ വിക്ടോറിയ രാജ്ഞിക്ക് നന്നായി ഇഷ്ടപ്പെട്ടു. അവർ ധാരാളം വസ്ത്രങ്ങളിൽ ചായം പിടിപ്പിച്ചു. ഇംഗ്ലണ്ടിലാകെ ഇത് തരംഗമായി. ലോകത്തെ ആദ്യത്തെ കൃത്രിമ ഡൈയിങ്ങായിരുന്നു ഇത്.

പ്രകൃത്യായുള്ള ഡൈയിങ് മധ്യകാലംതൊട്ടേ നിലവിലുണ്ട്. മരങ്ങളിൽനിന്നും ചെടികളിൽനിന്നും പൂക്കളിൽ നിന്നും കൊച്ചു പുഴുക്ക

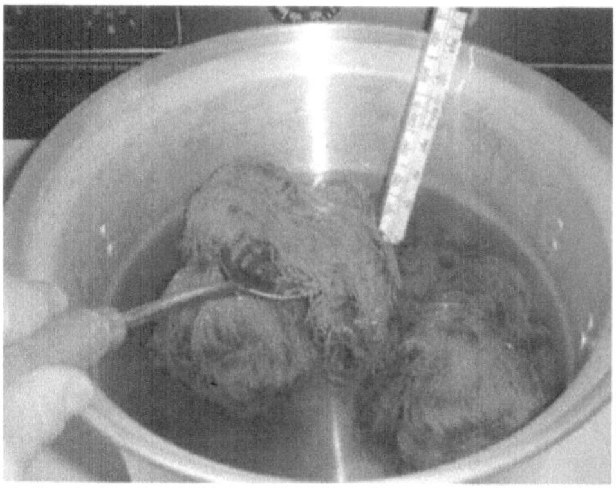
സിൽക്ക് നൂലുകൾക്ക് നിറം കൊടുക്കുന്നു

ളിൽ നിന്നുമൊക്കെയായിരുന്നു അക്കാലത്ത് ചായങ്ങൾ എടുത്തിരുന്നത്. ഒരു പ്രത്യേക ഒച്ചിന്റെ ശ്ലേഷ്മനിറത്തിൽനിന്നാണ് അന്ന് പ്രകൃത്യാലുള്ള ഊതനിറം ഉണ്ടാക്കിയിരുന്നത്. ഏറെ ചെലവ് കൂടിയതായിരുന്നു ഇത്. ചെടികളിൽനിന്നും പൂക്കളിൽനിന്നുമാണ് മഞ്ഞ, ഓറഞ്ച് നിറങ്ങളുണ്ടാക്കുന്നത്. ഡാക്ടിലോസിസ് കോക്കസ് എന്നറിയപ്പെടുന്ന കൊച്ചു പുഴുക്കളിൽ നിന്നാണ് കടും ചുവപ്പുനിറം ലഭിക്കുക. ഇതിന്റെ ഒരു പൗണ്ട് നിറം ലഭിക്കണമെങ്കിൽ ഒരു മില്യൺ പുഴുക്കളെയെങ്കിലും നശിപ്പിക്കേണ്ടിവരും.

കടും നീലനിറം ലഭിക്കുന്നത് വോഡ് മരത്തിൽ നിന്നാണ്. രൂക്ഷമായ ഗന്ധം മൂലം അതിന് അത്ര ജനസമ്മതി ലഭിച്ചില്ല. ഇംഗ്ലണ്ടിലെ കൊട്ടാരത്തിന്റെ അഞ്ച് മൈൽ ചുറ്റളവിനുള്ളിൽ വച്ച് ഇവ പിഴിഞ്ഞെടുക്കുന്നത് രാജ്ഞി നിരോധിക്കുകയുണ്ടായി.

യഥാർഥത്തിൽ ഒരനുഗ്രഹമാണ് കൃത്രിമച്ചായങ്ങൾ. അസഹ്യമായ ഗന്ധമോ ചെലവേറിയതോ അല്ല അവ. ഇക്കാരണത്താലാണ് അവയ്ക്ക് നല്ല വിപണി ലഭിച്ചത്. കാലാന്തരത്തിൽ വിവിധവർണങ്ങളിലുള്ള ചായങ്ങൾ നിർമിക്കപ്പെട്ടു. ഇപ്പോഴും അതു തുടരുന്നു.

43

ടൂത്ത് പേസ്റ്റ്

പണ്ട് തൊട്ടേ പലജാതി വസ്തുക്കൾകൊണ്ട് മനുഷ്യൻ പല്ല് വൃത്തിയാക്കാറുണ്ടായിരുന്നു. അവയിൽ ചിലതിനെക്കുറിച്ച് പറയാം. മുയലിന്റെ തലയോട്ടിയിൽ മൂന്ന് എലികളുടെ ചാരം കലർത്തി ഉപയോഗിക്കാനാണ് ഹിപ്പോക്രാറ്റസ് നിർദേശിച്ചത്. മുട്ടത്തോടിന്റെ കരികൊണ്ടുണ്ടാക്കിയ പൊടിയാണ് മറ്റൊന്ന്. ഞണ്ടിന്റെ കണ്ണുകളും വവ്വാലിന്റെ കാഷ്ടവും ഇരുമ്പുപൊടിയും ചേർത്ത പ്രത്യേകമിശ്രിതം പല്ലിന് ഉറപ്പും ആരോഗ്യവും നൽകുന്ന നല്ലൊരു ദന്തൗഷധമാണത്രെ.

പല്ലിന് നല്ല വെൺമയും ശുദ്ധമായ ശ്വാസോച്ഛ്വാസവും നൽകുമെന്ന് കരുതി ഇവയൊക്കെ ജനങ്ങൾ വ്യാപകമായി ഉപയോഗിച്ചിരുന്നുവെന്നതാണ് രസകരം. മസ്‌ലിൻ തുണിയുപയോഗിച്ചായിരുന്നു പുരാതന റോമിലെ ജനങ്ങൾ ഇവ പല്ലിൽ തേച്ചുപിടിപ്പിച്ചിരുന്നത്. പല്ല് വൃത്തിയാക്കുകയായിരുന്നില്ല. വെളുത്ത നിറം നൽകുകയായിരുന്നു ഇവരുടെ പ്രധാന ലക്ഷ്യം.

പത്തൊമ്പാം നൂറ്റാണ്ടിന്റെ ഒടുവിൽ, ലൂയിപാസ്റ്റർ ബാക്ടീരിയ കണ്ടുപിടിച്ചു. വായ്ക്കുള്ളിലെ ബാക്ടീരിയകളുടെ സാന്നിധ്യമാണ് ദന്തക്ഷയത്തിന് കാരണമെന്ന് ഇന്ന് ജനങ്ങൾ മനസിലാക്കിയിട്ടുണ്ട്. അതിനാൽ പല്ല് വെടിപ്പാക്കുന്നതുപോലെ പ്രധാനമാണ് ബാക്ടീരിയകൾക്കെതിരെ പല്ലിന് സംരക്ഷണം നൽകുകയെന്നതും. ഇതിനായുള്ള അന്വേഷണമാണ് ആധുനിക ടൂത്ത് പേസ്റ്റുകൾ രംഗത്തെത്തുന്നതിന് കാരണമായത്.

ആദ്യകാലത്ത് പേസ്റ്റുകളിൽ ഉപയോഗിച്ചിരുന്ന രാസവസ്തുക്കൾ ഹാനികരമായിരുന്നു. ടൂത്ത്പേസ്റ്റിലടങ്ങിയ ഹെക്സാ ക്ലോറോമീൻ ബാക്ടീരിയകളെ നശിപ്പിച്ചുകളയും, പക്ഷേ ഇത് കുട്ടികൾക്ക് അപകട

കരമാണ്. അപ്രകാരം തന്നെ ടൂത്ത് പേസ്റ്റുകൾക്ക് സുഗന്ധം നൽകുന്ന ക്ലോറോഫോമും രുചിനൽകുന്ന സൈക്ലോമേറ്റും അപകടകാരികളാണ്. ഈ രണ്ട് രാസവസ്തുക്കളിലും കാൻസർ രോഗത്തിന് കാരണമാകുന്ന വസ്തുക്കളടങ്ങിയിട്ടുണ്ട്. ഇതുനുപുറമെ, ടൂത്ത് പേസ്റ്റുകൾ അടക്കം ചെയ്യുന്ന ട്യൂബ് ഈയ നിർമിതമാണ്. ക്രമേണ ഈ വസ്തു പേസ്റ്റിൽ നിന്നും വിഘടിച്ച് നമ്മുടെ ശരീരത്തിൽ പ്രവേശിക്കും.

ഈ രാസവസ്തുക്കളുടെ അപകടം കുറയ്ക്കാനും ടൂത്ത്പേസ്റ്റിന്റെ ഗുണം വർധിപ്പിക്കാനും ശാസ്ത്രജ്ഞർ ശ്രദ്ധാലുക്കളാണ്. പല്ലുകൾക്ക് വെൺമ നൽകുന്നതോടൊപ്പം അണുമുക്തമാക്കുകയും ചെയ്യുന്ന ഇന്നത്തെ പേസ്റ്റുകൾ, ആരോഗ്യത്തിന് ഭീഷണി ഉയർത്തുന്നില്ല.

44

സിപ്പ്

ആയിരത്തി എണ്ണൂറ്റി തൊണ്ണൂറ്റി ഒന്നിൽ വൈറ്റ് കാംബ് ജഡ്സൺ ആയിരുന്നു സിപ്പ് കണ്ടുപിടിച്ചത്. പണ്ടുകാലത്ത്, പരസ്പരം കൈകൊണ്ട് ബന്ധിപ്പിക്കാവുന്ന ഒരു കൂട്ടം കൊളുത്തുകളായിരുന്ന സിപ്പുകൾ. 1905-ൽ ചില പരിഷ്കരണങ്ങളോടുകൂടി (curity) എന്നപേരിൽ ഇവ അറിയപ്പെട്ടു. അന്ന് ജനങ്ങൾക്കിടയിൽ സിപ്പുകൾ പരിചിതമായിരുന്നില്ല. സിപ്പുകൾ നിർമിക്കുന്ന കമ്പനി പാപ്പരായി. ഒരു അറ്റകൈ പ്രയോഗമെന്നനിലയിലാണ് സ്വീഡിഷ് എഞ്ചിനീയറായ ഗി ഡിയൺ സൺബാക്കിനെ, വിലകുറഞ്ഞതും എളുപ്പം ഉപയോഗിക്കാവുന്നതുമായ ചരട് നിർമിക്കാൻ കമ്പനി വാടകയ്ക്കെടുക്കുന്നത്. ഇന്നത്തെ സിപ്പുകൾക്ക് തുല്യമായ രീതിയിലും ചരട് നിർമിക്കാൻ അദ്ദേഹത്തിന് സാധിച്ചു.

ഇതിന്റെ മൂല്യം തെളിയിക്കാനായി 1924-ൽ വെംബ്ലിയിൽ വച്ച് ഒരു പ്രദർശനം നടത്തി. ഒരു സ്റ്റാന്റിന്മേൽ ഒരു വലിയ സിപ്പ് സ്ഥാപിച്ചു. സന്ദർശകർക്കെല്ലാം സൗജന്യമായി ഇത് മുകളിലേക്കും താഴേക്കും നീക്കാം. പ്രദർശനം കഴിയുമ്പോഴേക്കും മൂന്ന് മില്യൺ പേർ ഇത് പരീക്ഷിച്ച് നോക്കിയത്രെ. എളുപ്പത്തിൽ നീക്കാവുന്ന വിധത്തിലായിരുന്നു ഇത്. ഈടുറ്റ ഉൽപ്പ

ന്നമാണെന്ന് ജനങ്ങൾക്ക് ബോധ്യമായി. അമ്പരപ്പിക്കുന്നതായിരുന്നു ഇതിന്റെ ഫലം.

1927-ൽ സ്പോർട്സ് വസ്ത്രങ്ങളിൽ ഘടിപ്പിക്കാൻ കമ്പനിക്ക് വൻതോതിൽ അവസരം കിട്ടി. ക്രമേണ പുരുഷന്മാരുടെയും സ്ത്രീക ളുടെയും വസ്ത്രങ്ങളിലേക്കും സിപ്പ് വ്യാപിച്ചു തുടങ്ങി.

പരസ്പരം ബന്ധിപ്പിക്കുന്ന ചരട് സിപ്പ് ആയതെങ്ങനെ? 1923ൽ, മൺസൂൺകാലത്ത് ധരിക്കാനുള്ള നീണ്ട ഷൂ, ബി എഫ് ഗുഡ്റിച്ച് കമ്പനി നിർമിച്ചു.

ഇത്തരം ചരടുകൾ വച്ചു. Mystic Boots എന്ന പേരിലായിരുന്നു ഇവ വിറ്റിരുന്നത്. പക്ഷേ അത്ര നല്ല പ്രതികരണമായിരുന്നില്ല ലഭിച്ചത്. കച്ചവടം മെച്ചപ്പെടുത്താനായി കമ്പനി ഈ ബൂട്ടുകൾക്ക് 'സിപ്പർ' എന്ന പേര് നൽകി. ഇതുമൂലം കച്ചവടം വർധിച്ചോ എന്നറിയില്ലെങ്കിലും പണ്ടത്തെ ചരടുകളാണ് ഇന്നത്തെ സിപ്പുകളായി മാറിയത് എന്നതുറപ്പ്.

45

ചെക്ക്

ചെക്കുകളുടെ ഉത്ഭവത്തെക്കുറിച്ച് നിങ്ങൾ ആലോചിച്ചിട്ടുണ്ടോ? ഓരോ ബാങ്കും നിശ്ചിത തുക നിങ്ങൾക്ക് ലഭിക്കാൻ ഉറപ്പുവരുത്തുന്ന പ്രമാണമാണ് ചെക്ക്. ബാങ്കുകൾ നിലവിൽ വരുന്നതിന് മുമ്പേ ചെക്കുകൾ ഉപയോഗത്തിലുണ്ട്. അന്ന് Bills of Exchange എന്നാണിതിന്റെ പേര്. 13,14 നൂറ്റാണ്ടുകളിൽ ഇവ സാധാരണയായിരുന്നു. വ്യാപാരികളാണ് പ്രധാനമായും ഇവ ഉപയോഗിച്ചിരുന്നത്. അന്ന് വ്യാപാരം പ്രധാനമായും സമുദ്രമാർഗമായിരുന്നു. അതിനാൽ കൂടുതൽപണം കൊണ്ടുപോകുന്നത്

ബിൽസ് ഓഫ് എക്സ്ചേഞ്ച്

പ്രയാസമായിരുന്നു. ഇതിനുപകരമാണ് ജനങ്ങൾ Bills of Exchange ഉപയോഗിച്ചുവന്നത്. വ്യാപാരികൾക്ക് ഈ സേവനം നൽകുന്നതിന് കൂലി ഈടാക്കിയിരുന്നു. ഈ വ്യാപാരികൾ ഒരു ബഞ്ചിലിരുന്നാണ് അവരുടെ ഏർപ്പാട് നടത്തിയിരുന്നത്. അതിനാൽ ഇതിന് ബാങ്ക് എന്നുപേര് വന്നു.

17-ാം നൂറ്റാണ്ടിന്റെ അവസാനത്തോടെ ബാങ്കുകളുടെ ശൃംഖല ലോകത്തുടനീളം വ്യാപിച്ചു. ക്രമേണ, ഉപഭോക്താക്കൾക്ക് വായ്പ നൽകുക, നിശ്ചിത പലിശനിരക്കിൽ നിക്ഷേപം സ്വീകരിക്കുക, ചെക്ക് അനുവദിക്കുക തുടങ്ങിയ കൂടുതൽ സൗകര്യങ്ങൾ ലഭ്യമാക്കിക്കൊണ്ട് ഉപഭോക്താക്കളെ നേടിയെടുത്തുകൊണ്ടിരുന്നു. മുമ്പ് അച്ചടിച്ച ചെക്കുകളായിരുന്നില്ല, മറിച്ച് കടലാസിൽ എഴുതിക്കൊടുക്കുകയാണ് പതിവ്. പോസ്റ്റൽ സ്റ്റാമ്പുകളുടെ പിൻഭാഗത്തുപോലും അവ എഴുതിയിരുന്നു.

പിന്നീട് കച്ചവടം വളർന്നുവികസിച്ചതോടെ സുരക്ഷിതത്വത്തിന്റെ ഭാഗമെന്ന നിലയിൽ ബാങ്കുകൾ ചെക്കുബുക്കുകൾ നൽകിത്തുടങ്ങി. ഇന്നും ഇതേ വ്യവസ്ഥയാണ് ബാങ്കുകൾ തുടരുന്നത്. സാങ്കേതികവിദ്യയുടെ പുരോഗതിയോടെ ബാങ്കുകൾ കമ്പ്യൂട്ടർവൽക്കൃതമായി. ലോകത്തുടനീളം അംഗീകരിക്കപ്പെട്ട പ്രത്യേകരഹസ്യകോഡോടുകൂടിയ ചെക്കുകൾ നിലവിൽ വന്നു.

46

സ്കൈയിങ്

ജനകീയമായൊരു കായികഇനമാണിത്. എന്നാൽ നൂറ്റാണ്ടുകൾക്കുമുമ്പ് ഇതൊരു കായിക വിനോദമായിരുന്നില്ല, തൊഴിലായിരുന്നു. ആയിരത്തോളം വർഷം പഴക്കമുള്ള ഹിമപാദുകങ്ങൾ (skiis) ഫിൻലന്റിലും സ്വീഡനിലുമൊക്കെ കണ്ടെടുക്കപ്പെട്ടിരുന്നു.

സ്കൈയിങ്ങിൽ ഏറ്റവും ഒടുവിലത്തെ റിക്കാർഡ് എഡി 950 ലാണ്. നോർവെ രാജാവായ ഹകൂൺ നികുതി പിരിക്കാൻ ചിലരെ വാടകയ്ക്ക് വിളിച്ചു. മഞ്ഞുനിറഞ്ഞ കുന്നുകൾക്കപ്പുറമെത്തിവേണം അവർക്ക് ഈ ജോലി നിർവഹിക്കാൻ. പിന്നീട് പോളണ്ട്, റഷ്യ, നോർവെ, ഫിൻലന്റ്, സ്വീഡൻ തുടങ്ങിയ രാജ്യങ്ങൾ ഹിമപാളികൾ നേരിടാൻ സജ്ജരായ പ്രത്യേക സൈന്യത്തെത്തന്നെ ഉണ്ടാക്കി.

1800-ൽ പലരും വിനോദമെന്ന നിലയിലാണ് സ്കൈയിങ് ആരംഭിച്ചത്. 1855-ൽ തോംസൺ എന്ന പരിശീലനം നേടിയ ഹിമസഞ്ചാരി ഒരു തൊഴിലന്വേഷിക്കുകയായിരുന്നു. അതിനിടയിൽ ഒരു പരസ്യം അദ്ദേഹം

കാണാനിടയായി– കാലിഫോർണിയയിൽ നിന്ന് ജനീവയിലേക്ക് കത്തുകൾ കൊണ്ടുപോകാൻ യുവാക്കളെ ആവശ്യമുണ്ട്. മഞ്ഞു നിറഞ്ഞ പർവതങ്ങളിലൂടെ 75 മൈൽ സഞ്ചരിക്കണം.

തീർത്തും അപകടം പിടിച്ച ദൗത്യം തന്നെയായിരുന്നു അത്. പക്ഷേ തോമസിന് തന്റെ കഴിവിൽ വിശ്വാസമുണ്ടായിരുന്ന. ഒൻപത് അടി നീളവും എട്ട് ഇഞ്ച് വീതിയുള്ള ഹിമപാദുകങ്ങൾ അദ്ദേഹം തയാറാക്കി. ലഘുഭക്ഷണപാനിയങ്ങളും 50 പൗണ്ട് വിലമതിക്കുന്ന കത്തുകളുമായി ഈ പാദുകത്തിൽ അദ്ദേഹം ജനീവയിലേക്ക് യാത്ര തിരിച്ചു. അദ്ദേഹം തിരിച്ചു വരുമെന്ന് ആർക്കും പ്രതീക്ഷയുണ്ടായിരുന്നില്ല. അഞ്ചാം ദിവസം മടക്കത്തപാലുമായി അദ്ദേഹം കാലിഫോർണിയയിൽ തിരിച്ചെത്തി. പിന്നീട് അദ്ദേഹം ഹിമസഞ്ചാര പരിശീലകനായി സ്കെെങ് മത്സരങ്ങൾ സംഘടിപ്പിക്കുന്നതിൽ സജീവമായിത്തീർന്നു.

47

തപാൽ കവർ

മനുഷ്യൻ എഴുത്തും വായനയും പഠിച്ചപ്പോൾ കത്തുകൾ ഭദ്രമായി അയയ്ക്കാൻ അവന് കവർ ആവശ്യമായിവന്നു. തുണി, മൃഗങ്ങളുടെ തോൽ, മരത്തൊലി തുടങ്ങി മനുഷ്യൻ എഴുതാനുപയോഗിക്കുന്ന വസ്തുക്കൾ കൊണ്ടുതന്നെയായിരുന്ന പണ്ട് കവറുകൾ നിർമിച്ചിരുന്നത്.

കത്തുകൾ നേരിയ കളിമൺ പാളിയിൽ വച്ച് തീയിൽ ചൂടാക്കുകയായിരുന്നു ബാബിലോണിയക്കാർ ചെയ്തിരുന്നത്. ചൂടു പിടിക്കുന്ന കളിമണ്ണ് കവർ പോലെയുണ്ടാകും. പിന്നീട് കടലാസ് കണ്ടുപിടിച്ചതോടെ കവറുകൾ കടലാസുകൊണ്ടുള്ളതായി.

1653-ൽ ലൂയി 14-ാമന്റെ അനുമതിയോടെ ഡി വാലയർ ആണ് തപാൽ സേവനം ഫ്രാൻസിൽ ആരംഭിച്ചത്. ഓരോ മുക്കിലും മൂലയിലും അദ്ദേഹം തപാൽപ്പെട്ടി സ്ഥാപിച്ചു. ഓരോ കവറിനുംപുറത്ത് മുദ്രണം ചെയ്ത പെട്ടിയിൽ മാത്രമേ കത്തുകൾ നിക്ഷേപിക്കാൻ പാടുള്ളൂ. പക്ഷേ ഇത് അധികകാലം നീണ്ടുനിന്നില്ല. പെട്ടിയിൽനിന്ന് പുറത്തെടുക്കുന്ന കത്തുകളൊക്കെ പൊട്ടിക്കാണുന്നതിനാൽ ജനങ്ങൾക്ക് വിശ്വാസം നഷ്ടപ്പെട്ടതാണ് കാരണം. പിന്നീടാണത് മനസിലായത്; വാലയറുടെ ശത്രുക്കൾ തപാൽപ്പെട്ടിയിൽ എലികളെ പിടിച്ചിട്ട് നശിപ്പിക്കുകയായിരുന്നുവത്രെ. ഈ ശത്രുതയാണ് ലോകത്തെ ആദ്യ തപാൽസർവീസ് നിർത്തലാക്കാൻ കാരണമായത്.

പത്തൊമ്പതാം നൂറ്റാണ്ടിന്റെ ആരംഭത്തിൽ ഇംഗ്ലണ്ട് സ്വന്തമായ തപാൽ ആരംഭിച്ചു. അന്ന് സ്വീകർത്താവായിരുന്നു പണമടക്കേണ്ടിയിരുന്നത്. ചില ബുദ്ധിമാന്മാർ പണം ലാഭിക്കാൻ നിഗൂഢമായ ചില ഉപായം കണ്ടെത്തി. കവറിന്റെ പുറംഭാഗത്ത് രേഖപ്പെടുത്താൻ ചില രഹസ്യ അക്കങ്ങൾ അവർ ഉണ്ടാക്കി. തപാൽക്കാരൻ അവർക്ക് കത്ത് നൽകു

മ്പോൾ കവറിന് പുറത്തെ രഹസ്യ അക്കം അവർ കാണും. കത്തിലെ സന്ദേശം പിടികിട്ടുമ്പോൾ അവർ പണം കൊടുക്കുകയില്ല. കത്ത് അങ്ങനെ തിരിച്ചയയ്ക്കും. പോസ്റ്റൽ സ്റ്റാമ്പുകൾക്ക് അന്ത്യം കുറിക്കാൻ അത് കാരണമായി.

സാങ്കേതിക വിദ്യയിലെ മാറ്റങ്ങൾ കവറുകളുടെ രൂപവും മാറ്റി. സ്വയം ഒട്ടുന്ന തരത്തിലുള്ള കവറുകൾ ഇന്ന് വിപണിയിൽ ലഭ്യമാണ്. വെള്ളവും രാസവസ്തുക്കളുമൊക്കെ ചെറുക്കാൻ കഴിയുന്ന കവറുകളും ഇന്നുണ്ട്. ശക്തിയേറിയതും എന്നാൽ കനംകുറഞ്ഞതുമായ കടലാസുകളാണിതിന് ഉപയോഗിക്കുക. ഇത്തരം കവറുകൾ കീറിക്കളയാൻ തന്നെ പ്രയാസമായിരിക്കും.

48

പതാക

ഒളിംപിക്സ് പതാക

പതാകകൾക്ക് കാലങ്ങളുടെ പഴക്കമുണ്ട്. ലോകത്തെ ആദ്യത്തെ പതാക ഏതെങ്കിലും രാജ്യത്തിന്റേതായിരുന്നില്ല. ചെകുത്താന്മാരെ അകറ്റിനിർത്താൻ ഉപയോഗിച്ചതായിരുന്നു. ഗ്രാമപുരോഹിതൻ നിർദേശിക്കുന്ന പ്രത്യേക ചിഹ്നം അവയിൽ പതിച്ചിട്ടുണ്ടാകും. ജനങ്ങൾ ഈ പതാകയ്ക്ക് കീഴിൽ ഒരുമിച്ചുകൂടും. അവർക്കപ്പോൾ പിശാചിൽ നിന്നുള്ള സുരക്ഷിതത്വം അനുഭവപ്പെടുമത്രെ.

പിന്നീട് ഇത്തരം പതാകകൾ ഏതെങ്കിലുമൊരു ഗ്രാമത്തിന്റെയോ ഗോത്രത്തിന്റേതോ അടയാളമായി മാറി. ഗോത്രങ്ങൾ സംഘടിച്ച് നഗര രാജ്യങ്ങൾ രൂപപ്പെട്ടതോടെ ക്രമേണ രാജ്യങ്ങളും ദേശീയ പതാകകളും നിലവിൽ വന്നു. 10-ാം നൂറ്റാണ്ടിൽ ഏതാണ്ടെല്ലാ രാജ്യങ്ങൾക്കും ദേശീയ പതാകകളുണ്ടായിരുന്നു. യുദ്ധക്കളത്തിൽ രാജാവിനെയും സേനാധിപനെയും തിരിച്ചറിഞ്ഞിരുന്നതും പതാകകളുപയോഗിച്ചായിരുന്നു. ഇരുവരുടെയും അസാന്നിധ്യത്തിൽ അവരുടെ പതാക സൈന്യം സംരക്ഷിക്കും.

രാജാവിന്റെ പതാക നിലംപതിച്ചാൽ പരാജയത്തിന്റെ അടയാളമായി കരുതപ്പെട്ടിരുന്നു.

ഓരോ രാജ്യത്തിന്റെയും ദേശീയ പതാകയ്ക്ക് ഓരോ സൂചനകളുണ്ട്. വെളുത്ത വരയിൽ ചുവന്ന നിറത്തിലുള്ള ആസ്ത്രേലിയൻ പതാകയുടെ പിറവിക്ക് പിന്നിൽ രസകരമായ ഒരു കാര്യമുണ്ട്. ഒരു കൊടും യുദ്ധത്തിൽ ആസ്ത്രേലിയൻ സേന ദയനീയമായി പരാജയപ്പെട്ടു. രാജ്യത്തിന്റെ പതാക നിലം പതിക്കുമ്പോൾ ഒരു പിടി സൈനികർ ചേർന്ന് രക്ഷിക്കാൻ ശ്രമിക്കുകയായിരുന്നു. പെട്ടെന്ന് ഏതോ ഒരു സൈനികൻ സ്വന്തം കുപ്പായം ഊരി പതാകയായി ഉയർത്തി. അദ്ദേഹത്തിന്റെ വെളുത്ത കുപ്പായത്തിൽ ചുവന്ന രക്തപ്പാടുണ്ടായിരുന്നു. പിന്നീട് ആ സൈനികനോടുള്ള ആദര സൂചകമായി അത് ദേശീയ പതാകയാക്കാൻ തീരുമാനിച്ചു.

ദേശീയപതാക രാജ്യത്തിന്റെ ആദരവിന്റെ അടയാളമാണ്. ദേശീയ പതാകയെ നിന്ദിക്കുന്നത് ശിക്ഷാർഹമാണ്.

49

ഔഷധ വ്യാപാരികൾ

അഴുക്കും ഗന്ധവും നിറഞ്ഞ ഇരുണ്ടമുറി. ഗ്ലാസ്ജാറുകൾക്ക് പുറത്ത് ലാറ്റിൻ ഭാഷയിൽ പലതും എഴുതിവെച്ചിട്ടുണ്ടാകും. വിവിധ മൃഗങ്ങളുടെ ശരീരഭാഗങ്ങൾ സൂക്ഷിച്ച ഗ്ലാസ്കുപ്പികൾ, തൂക്കംനോക്കുന്ന യന്ത്രം, പലനിറത്തിലുള്ള ദ്രാവകങ്ങൾ നിറച്ച കുപ്പികൾ...19-ാം നൂറ്റാണ്ടിലെ ഒരു രാസപരീക്ഷണശാലയുടെ രൂപം ഇങ്ങനെയൊക്കെയായിരുന്നു.

എ ഡി 950-ൽ ബാംഗ്ദാദിലായിരുന്നു ലോകത്തെ ആദ്യ രാസപരീക്ഷണശാല തുറന്നത്. അവിടെ പച്ചമരുന്നുകളായിരുന്നു വിൽപ്പന നടത്തിയിരുന്നത്. ജനങ്ങൾക്ക് ഇതൊരു തമാശയായിത്തോന്നി. കാരണം അന്ന് മിക്ക ഡോക്ടർമാരും രോഗികളെ ചികിത്സിച്ചിരുന്നത് മന്ത്രവിദ്യകളുപയോഗിച്ചായിരുന്നു. അതിനാൽ ഈ സംരംഭം വിജയം കണ്ടില്ല.

ജോസഫ് പ്രീസ്റ്റ്ലിയുടെ ലബോറട്ടറി

പിന്നീട് പതിമൂന്നാം നൂറ്റാണ്ടിൽ ഡോക്ടർമാരുടെ വിവരണത്തിനനുസരിച്ച് മരുന്നുകൾ നൽകുന്ന ഒരു

കട യൂറോപ്പിലാരംഭിച്ചു. അന്ന് മരുന്നുകൾക്ക് പേറ്റന്റ് ഇല്ലാതിരുന്നതിനാൽ സ്വന്തം കടയിൽ നിർമിക്കുന്ന മരുന്നുകൾക്കാവശ്യമായ കുറിപ്പുകളായിരുന്നു നൽകിയിരുന്നത്.

ഇന്ത്യയിലും ആയുർവേദഭിഷഗ്വരന്മാർ ഇതേ രീതിയാണ് പിൻപറ്റിയിരുന്നത്. ഇവിടെ ഡോകടർതന്നെ മരുന്ന് നിർമിക്കുന്നുവെന്നു മാത്രം.

ഔഷധവ്യാപാരികൾ നിർമിക്കുന്ന മരുന്നുകൾ നിലവാരം കുറഞ്ഞതായിരുന്നു. അതിനാൽ തങ്ങൾ നിർമിക്കുന്ന ഔഷധങ്ങൾക്ക് പാറ്റന്റ് നേടാൻ ഡോക്ടർമാർ തീരുമാനിച്ചു. ആധുനിക ഔഷധങ്ങളുടെ ജനനമിങ്ങനെയായിരുന്നു. ഒരു നിയന്ത്രണവുമില്ലാത്തകാലത്ത് വൻതോതിൽ ഇവയിൽ ആൽക്കഹോൾ ചേർത്തിരുന്നു. ഒടുവിൽ, ഈ പ്രശ്നങ്ങൾ പ്രതിരോധിക്കാനായി, 1848-ൽ, പേറ്റന്റ് മരുന്നകളെ സംബന്ധിച്ച് ആദ്യനിയമം അമേരിക്ക പാസാക്കി.

പ്രഗത്ഭരായ പല ശാസ്ത്രജ്ഞരും ഔഷധശാലയുമായി ബന്ധപ്പെട്ടവരാണ്. ഐസക്ന്യൂട്ടൻ ഒരു ഔഷധശാലയിൽ ജോലി ചെയ്തിരുന്നു. അപ്രകാരം ഫിലാഡൽഫിയയിൽ മരുന്നു കച്ചവടക്കാരനായിരുന്നു ബെഞ്ചമിൻ ഫ്രാങ്ക്ളിൻ.

50

സ്ക്രൂ, നട്ട്, ബോൾട്ട്

നട്ട്, ബോൾട്ട് എന്നിവയിലടങ്ങിയ തത്വം ആദ്യമായി കണ്ടെത്തിയത് പ്രശസ്ത ഗ്രീക്ക് ശാസ്ത്രജ്ഞനായ ആർക്കിമിഡീസ് ആണ്. അക്കാലത്ത്, മൂർച്ചിയില്ലാത്ത സ്ക്രൂ ആയിരുന്നു ഉണ്ടായിരുന്നത്. നട്ടും ബോൾട്ടും താക്കോലും പൂട്ടും എന്നപോലെ പരസ്പരപൂരകമാണ്. ഒരു ബോൾട്ട് മറ്റൊരു നട്ടിന് ചേരണമെന്നില്ല. ഇളകിപ്പോകുമെന്ന ഭയംകൊണ്ട് ഇവ ഒരു കയർ കൊണ്ട് കെട്ടിയിടും. ഇവയുടെ നിർമാണത്തിന് പ്രത്യേകം രീതിയൊന്നുമുണ്ടായിരുന്നില്ല.

1904-ൽ, ബാൾട്ടിമോർ നഗരത്തിൽ വൻ അഗ്നിബാധയുണ്ടായി. നിമിഷങ്ങൾക്കകം എങ്ങും ചാരമായി. സമീപത്തെ ഒൻപത് നഗരങ്ങളിൽ നിന്നെത്തിയ അഗ്നിശമനക്കാർക്ക് ഒന്നും ചെയ്യാനായില്ല. കാരണം ബാൾട്ടിമോറിലെ ടാപ്പുകൾക്ക് യോജ്യമായിരുന്നില്ല അതിന്റെ ഹോസ് പൈപ്പുകൾ.

രണ്ടാം ലോകമഹായുദ്ധവേളയിൽ, അമേരിക്കൻ യുദ്ധവിമാനങ്ങളുടെ കേടുപാടുതീർക്കാൻ ഇംഗ്ലണ്ടിലെ മെക്കാനിക്കുകൾക്ക് ഏറെ പ്രയാസപ്പെടേണ്ടി വന്നു. അതിനു പാകമായ സ്ക്രൂവോ ബോൾട്ടോ അവരുടെ കൈയിലുണ്ടായിരുന്നില്ല. വ്യവസായവിപ്ലവകാലത്ത് ഇംഗ്ലണ്ടുകാരനായഹെൻറി മസ്‌ലെയാണ് സ്ക്രൂവിന് പ്രത്യേക അളവുകൾ നൽകാൻ ശ്രമിച്ചത്. 10 വർഷത്തെ തീവ്ര പരിശ്രമത്തിനുശേഷം ഓരോ അളവിലുള്ള സ്ക്രൂ നിർമിക്കുന്ന യന്ത്രം അദ്ദേഹം കണ്ടുപിടിച്ചു. ഓരോ യന്ത്രത്തിനും അനുപേക്ഷണീയമായ ഘടകങ്ങളാണിവ.

51

ടാക്സി

പണ്ടുകാലങ്ങളിൽ ടാക്സി ഡ്രൈവർമാരുടെ പണി വിരസമായിരുന്നു. കാരണം, ഡ്രൈവർമാർക്ക് അത്രപെട്ടെന്ന് ലൈസൻസ് ലഭ്യമായിരുന്നില്ല. ടാക്സികൾ രജിസ്റ്റർ ചെയ്യാൻ തന്നെ കടുത്ത പരിശീലനം വേണ്ടിയിരുന്നു.

'Taxi meter' എന്നതിൽ നിന്നാണ് 'ടാക്സി' എന്നവാക്ക് ഉത്ഭവിച്ചത്. 1891-ൽ വിൽഹം ബ്രൺ ആയിരുന്നു ഈ ഉപകരണം കണ്ടുപിടിച്ചത്. ടാക്സിയിൽ സഞ്ചരിച്ച യാത്രാദൂരം ഈ മീറ്റർ കാണിച്ചുതരും. ഫ്രാങ്ക് ഫർട്ടിലെ റോഡിൽ ഇത് ആദ്യമായി പ്രദർശിപ്പിച്ചപ്പോൾ, നൂറുകണക്കിനു ഡ്രൈവർമാർ ക്ഷുഭിതരായി. നികുതിയേർപ്പെടുത്താനുള്ള നീക്കമാണിതെന്നായിരുന്നു അവർ ധരിച്ചത്. കോപാകുലരായ അവർ ബ്രണ്ണിനെ നദിയിലേക്കെറിഞ്ഞു.

ആദ്യകാല ടാക്സി

1907-ൽ, ഹാരി അലൻ എന്ന സമ്പന്നനായ അമേരിക്കക്കാരൻ ചെറിയ ദൂരം സഞ്ചരിക്കാനായി ഒരു വാഹനം വിളിച്ചു. ഡ്രൈവർ നിശ്ചയിച്ച നിരക്ക് വളരെ കൂടുതലായിരുന്നു. കുപിതനായ അലൻ മീറ്റർഘടിപ്പിച്ച തന്റെ ഒരു കൂട്ടം വാഹനങ്ങൾ നിരത്തിലിറക്കി. ഈ വാഹനങ്ങളിലെ യാത്ര സാധാരണക്കാർക്ക് താങ്ങാവുന്നതായിരുന്നു. വൈകാതെ എല്ലാ വാഹനങ്ങളും ടാക്സി മീറ്റർ ഘടിപ്പിച്ചു തുടങ്ങി. അങ്ങനെയാണ് അവ ടാക്സിയെന്നറിയപ്പെട്ടത്.

52

ലോട്ടറി

'ട്രോയ് രാജകുമാരൻ ഹെക്ടറിനോട് ആര് പൊരുതും? ചോദ്യം സൈനികരുടെ തലയ്ക്ക് മുകളിൽ തൂങ്ങിനിന്നു. ഒടുവിൽ നറുക്കെടുക്കാൻ തീരുമാനിച്ചു. സൈനികരോരോരുത്തരും സ്വന്തം പേര് ചെറിയ കടലാസിലെഴുതി തൊപ്പിയിൽ വെക്കണം. ആരുടെപേരിലുള്ള കടലാസിലാണോ നറുക്ക് വീഴുന്നത് അവനാണ് ഹെക്ടറിനോട് യുദ്ധം ചെയ്യേണ്ടത്.'

ഹോമറുടെ പ്രസിദ്ധ ഇതിഹാസമായ *ഇലിയഡിൽ* നിന്നുള്ള ഒരു ഭാഗമാണിത്. ഭൂവിതരണവേളയിൽ നടന്ന നറുക്കെടുപ്പ് വ്യവസ്ഥയെക്കുറിച്ച് *ബൈബിൾ* പഴയനിയമവും വിവരിക്കുന്നുണ്ട്. ഏതെങ്കിലും കാര്യത്തിൽ തീരുമാനമെടുക്കാൻ നറുക്കെടുപ്പുനടത്തിയ സംഭവങ്ങൾ ചരിത്രത്തിലെമ്പാടുമുണ്ട്. ആരാണിതിന്റെ ഉപജ്ഞാതാവെന്ന് അറിയില്ലെങ്കിലും നിരവധി കാലത്തെ പഴക്കമുണ്ടെന്നതിൽ സംശയമില്ല.

പണ്ടുകാലങ്ങളിൽ, നറുക്കെടുപ്പിന് പണം ഉപയോഗിച്ചിരുന്നില്ല. നറുക്കെടുപ്പിൽ പങ്കെടുക്കാനാഗ്രഹിക്കുന്നവർ ഖജനാവിൽ നിശ്ചിത പണമടയ്ക്കണമെന്ന പുതിയനിയമം തത്വചിന്തകനായ അഗസ്തസാണ് കൊണ്ടുവന്നത്.

മധ്യകാലഘട്ടത്തിൽ, ഒരു പ്രത്യേക നറുക്കെടുപ്പ് വ്യവസ്ഥ ആരംഭിച്ചു. നറുക്കെടുപ്പ് ടിക്കറ്റുകൾ വിറ്റശേഷം ലഭിക്കുന്ന പണം രണ്ടുപാർട്ടികൾ തമ്മിൽ വീതിക്കും. ഒരു ഭാഗം ജേതാക്കൾക്കും ഇതരഭാഗം സാമൂഹിക ക്ഷേമത്തിനും.

1539-ൽ, ഫ്രാൻസിസ് രാജാവ് ഒന്നാമനാണ് ആദ്യത്തെ വലിയ നറുക്കെടുപ്പ് നടത്തിയത്. ഇതിനെത്തുടർന്ന് ഇംഗ്ലണ്ടിൽ എലിസബത്ത് രാജ്ഞി-Iഉം ഇതാരംഭിച്ചു. 10 ഷില്ലിങ് വിലയുള്ള 40000 ടിക്കറ്റുകളാണ്

നറുക്കെടുപ്പിനുണ്ടായിരുന്നത്. സാമൂഹികസേവനം അടിസ്ഥാനമായതിനാൽ ഇതിന് വലിയ ജനകീയ അംഗീകാരം ലഭിച്ചു. ലോട്ടറി ഒരു ചൂതാട്ടമാണെങ്കിലും, ചില ഘട്ടങ്ങളിൽ ഇതിന്റെ പിന്നിലെ കലർപ്പില്ലാത്ത സാമൂഹിക ക്ഷേമതാൽപ്പര്യങ്ങൾ എടുത്തു പറയാതെ വയ്യാ. ലോട്ടറി വഴി സമ്പാദിച്ച പണംകൊണ്ടാണ് ബ്രിട്ടീഷ് മ്യൂസിയം നിർമിച്ചത്. ഹാർവാർഡ്, കൊളംബിയ, യാലെ, പ്രിൻസ്ടൺ തുടങ്ങിയ സർവകലാശാലകളുടെ നിർമാണധനം പൂർണമായും ലോട്ടറി തന്നെ.

ഒരു വിനോദമെന്ന നിലയിലാണ് ലോട്ടറികളുടെ തുടക്കം. പക്ഷേ കാലക്രമേണ അതൊരു ഒഴിയാബാധയായി മാറി. എന്തുമാർഗത്തിലൂടെയും പണമുണ്ടാക്കുകയെന്ന മനുഷ്യന്റെ ആർത്തി വളർന്നപ്പോൾ സാമൂഹികക്ഷേമബോധമെല്ലാം മണ്ണടിഞ്ഞു.

ലോട്ടറിയെക്കുറിച്ചൊരു കഥയുണ്ട്. എന്നും ലോട്ടറിയെടുക്കുന്ന ഒരു ഫ്രഞ്ചുകാരനുണ്ടായിരുന്നു. ജീവിതകാലത്ത് ആയിരക്കണക്കിന് ടിക്കറ്റെടുത്തെങ്കിലും അയാൾക്ക് ഗുണമുണ്ടായില്ല. മരിച്ചപ്പോൾ ശരീരം പുതപ്പിക്കാൻപോലും വസ്ത്രമില്ലാതിരുന്നതിനാൽ ധരിച്ചിരുന്ന വസ്ത്രത്തോടൊപ്പം അയാളെ അടക്കം ചെയ്തു. അയാളുടെ മരണശേഷം ഭാര്യക്ക് മുറിയിൽനിന്നും ഒരു കടലാസുതുണ്ടു കിട്ടി. അതിൽ ഒരു ലോട്ടറി ടിക്കറ്റ് നമ്പറുണ്ടായിരുന്നു. അന്വേഷിച്ചപ്പോൾ ഒന്നാം സമ്മാനം കിട്ടിയ നമ്പറായിരുന്നു അത്. പക്ഷേ ടിക്കറ്റെവിടെ? അവർ വീടു മുഴുവൻ അരിച്ചുപെറുക്കി. കിട്ടിയില്ല. അവസാനം ഭർത്താവിന്റെ കുഴിമാടം തുറന്നു നോക്കി. ആ കുപ്പായക്കീശയിൽ അതാ കിടക്കുന്നു ലോട്ടറി ടിക്കറ്റ്!.

53

ആംബുലൻസ്

അതിവേഗസേവനം കൊണ്ട് നിരവധി മരണാസന്ന രോഗികളെ ആംബുലൻസുകൾ രക്ഷിച്ചിട്ടുണ്ട്. ഇതിന്റെ കഥ ആരംഭിക്കുന്നത് 1792-ലാണ്. മുറിവേറ്റ ഭടന്മാരെ കുതിരവണ്ടിയിൽ യുദ്ധഭൂമിയിൽ കൊണ്ടുപോകണമെന്ന സമർഥമായ ആശയം തോന്നിയത് നെപ്പോളി

ആദ്യകാല ആംബുലൻസ്

യന്റെ വൈദ്യനായിരുന്ന ബാറൺ ഡൊമിനിക് ജീൻലാറിക്കാണ്.

അതിനുമുമ്പ് മുറിവേറ്റവരെ പുറത്തേക്ക് വഹിച്ചുകൊണ്ടു പോവുകയെന്ന കാര്യംതന്നെ ഉണ്ടായിരുന്നില്ല. മുറിവേറ്റഭടന്മാർ അവിടെത്തന്നെ മരിച്ച് വീഴുകയെന്നതായിരുന്നു വിധി.

ഡോ.ഡൊമിനിക്, ഫ്രഞ്ച് സേനയിലെ മുഖ്യ ചികിത്സകനായിരുന്ന ഡോ.പിയറി ഫോൻസിഡ് പെർസിയുമൊത്തുചേർന്നാണ് ആംബുലൻസ് സൈന്യദളം സ്ഥാപിച്ചത്. 1796-ലെ, ഫ്രാൻസ്-ഇറ്റലിയുദ്ധത്തിൽ ഈ സൈനിക വിഭാഗം ഇടപെട്ടിരുന്നു. അതൊരു വലിയ വിജയമായിരുന്നു. പലരാജ്യങ്ങളും ഇത് പിന്തുടർന്ന് സ്വന്തം ആംബുലൻസ് സൈന്യം കെട്ടിപ്പടുത്തു.

1864-ൽ, അന്താരാഷ്ട്ര ജനീവകരാർ ഔദ്യോഗികമായി ആംബുലൻസിന് അംഗീകാരം നൽകി. യുദ്ധവേളയിൽ ആംബുലൻസുകളെ ആക്രമിച്ചുകൂടെന്ന് തീരുമാനമുണ്ടാക്കുകയും ചെയ്തു.

1870-ൽ ഫ്രാൻസ് ബലൂൺ ആംബുലൻസുകൾ പരീക്ഷിച്ചു. പരിക്കേൽക്കുന്ന ഭടന്മാരെ ബലൂണിലെടുത്ത് സുരക്ഷിതസ്ഥാനത്തെത്തിക്കും! പക്ഷേ ഇതൊരു വിശ്വസനീയ രീതിയായിരുന്നില്ല. വൈകാതെ ഇത് അവസാനിപ്പിച്ചു.

മോട്ടാർ കാറുകളുടെ കണ്ടുപിടിത്തത്തോടെ ആംബുലൻസുകളും ഇതിലേക്ക് മാറി. 1900 ജൂലായിൽ സൈന്യം ആദ്യത്തെ ആംബുലൻസ് കാർ നിർമിച്ചു. ഇന്ന് ആംബുലൻസുകൾ വളരെ സൗകര്യപ്രദവും വിശാലവുമാണ്. ജീവൻരക്ഷാ സന്നാഹങ്ങൾക്ക് ഏറ്റവും അനുയോജ്യവുമാണ്.

54

പാസ്പോർട്ട്

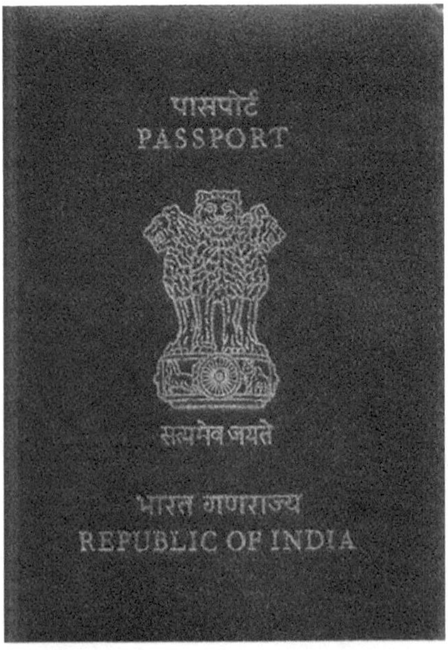

റോമൻചിന്തകൻ പോറ്റമണിന് വിദേശനാടുകളിലേക്ക് യാത്ര പുറപ്പെടുമ്പോൾ റോമാ ചക്രവർത്തി സീസർ ഒരു സ്മാരകചിഹ്നം നൽകി. ലോകത്തെ ആദ്യ പാസ്പോർട്ട് ഇതാണത്രെ.

പണ്ട്, ലിഖിത പ്രമാണങ്ങൾ നിലവിലില്ലാത്ത കാലത്ത്, രാജാവിന്റെ ചിത്രം പതിച്ച മോതിരമായിരുന്നു യാത്രക്കാർക്ക് നൽകിയിരുന്നത്. വൃത്താകൃതിയിലുള്ള മുദ്രയാണ് ഫറോവ ഈജിപ്ഷ്യൻ യാത്രക്കാർക്ക് നൽകിയിരുന്നത്. ഇത് കൈവശമുള്ളവർ ഫറോവയുടെ പ്രതിനിധിയാണ് എന്നാണിതിന്റെ സൂചന. ഇതിനെ നിന്ദിക്കുന്നത് ഫറോവയെ നിന്ദിക്കുന്നതിന് തുല്യമായിരുന്നു.

11-ാം നൂറ്റാണ്ടിൽ ഇംഗ്ലീഷ് രാജാവ് കനൂട്ട് തന്റെ രാജ്യത്തുനിന്ന് യാത്രചെയ്യുന്നവർക്ക് ഒരു ചിഹ്നമാണ് നൽകാറുണ്ടായിരുന്നത്. സ്വന്തം കയ്യൊപ്പായിരുന്നു ചാൾസ് രാജാവ് രണ്ടാമന്റെ കാലത്തെ പാസ്പോർട്ട്.

ഒന്നാം ലോകമഹായുദ്ധത്തിനുമുമ്പ്, ഇതര രാജ്യങ്ങളിലേക്ക്

യാത്രചെയ്യാൻ പാസ്പോർട്ട് ആവശ്യമില്ലാത്തൊരു കാലമുണ്ടായിരുന്നു. യുദ്ധത്തോടെ ഈ അവസ്ഥ മാറി. വിദേശയാത്രകൾക്ക് പാസ്പോർട്ട് അനിവാര്യമായിത്തീർന്നു. 1914 മുതൽ പാസ്പോർട്ടിൽ ഫോട്ടോ പതിക്കണമെന്നത് അമേരിക്കയും ഇംഗ്ലണ്ടും നിർബന്ധമാക്കി.

1921-ൽ, ലീഗ് ഓഫ് നാഷൻസാണ് പാസ്പോർട്ട് 32 പേജിൽ ഫോട്ടോ പതിച്ച നിലയിലേക്ക് മാറ്റിയത്. അന്നുതൊട്ട് ഇത്തരം പാസ് പോർട്ടുകളാണ് ലോകത്തെവിടെയും ഉപയോഗിക്കപ്പെടുന്നത്.

55

ഫോട്ടോസ്റ്റാറ്റ്

ന്യൂയോർക്കിലെ ഒരു ബ്യൂട്ടിപാർലറിനുപിന്നിൽ സ്ഥിതിചെയ്യുന്ന ചെറിയൊരു ഇരുട്ടുമുറിയിലെ മേശയിൽ ജാഗ്രതയോടെ പണിയെടുക്കുകയാണ് രണ്ട് യുവാക്കൾ. ചെസ്റ്റർ എഫ് കാൾസണായിരുന്നു ഒരാൾ. അഭിഭാഷകനായി ജോലിചെയ്യുകയാണദ്ദേഹം. പല പേറ്റന്റ് കേസുകളും അദ്ദേഹം കൈകാര്യം ചെയ്യാറുണ്ട്. തന്റെ ഈ കൈകൊണ്ടുതന്നെ ഒരു കണ്ടുപിടിത്തം നടത്തിയാൽ പേറ്റന്റിന്റെ പ്രശ്നങ്ങളെല്ലാം അവസാനിക്കുമല്ലോ എന്ന് അദ്ദേഹം ചിന്തിച്ചു. ഒരു പ്രമാണരേഖയുടെ ശരിയായ പകർപ്പ് തയാറാക്കുന്ന ഒരു യന്ത്രം നിർമിക്കുകയെന്നതായിരുന്നു അദ്ദേഹത്തിന്റെ ചിന്ത. പരീക്ഷണം നടത്താനായിട്ടാണ് അദ്ദേഹം ഒരു ചെറിയ ഇരുട്ടുമുറി വാടകയ്ക്കെടുത്തത്. മറ്റൊരു യുവാവും അദ്ദേഹത്തിന്റെ സഹായത്തിനുണ്ട്.

ഒരു ദിവസം കാൾസൺ ഒരു ഗ്ലാസ് പ്ലേറ്റിൽ '10-22-38 Astoria (22 october 1938)' എന്ന് എഴുതിയ ശേഷം സൾഫർ പൂശിയ മറ്റൊരു ലോഹത്തകിട് അതിനടിയിൽ വെച്ചു. കുറച്ചുസമയത്തേക്ക് ഉയർന്ന വോൾട്ടേജുള്ള ബൾബിന്റെ പ്രകാശം അതിന് നൽകി. ലോഹത്തകിട് മാറ്റിയശേഷം ഏതോ നിറത്തിലുള്ള ഉപ്പ് അതിന്മേൽ വിതറി. അതിനുമുകളിൽ ഒരു വെളുത്ത കടലാസ് അമർത്തി വെച്ചു. അദ്ദേഹം എഴുതിയ വാക്കുകൾ ആ കടലാസിൽ പകർന്നിരിക്കുന്നു. ലോകത്തെ ആദ്യത്തെ ഫോട്ടോസ്റ്റാറ്റായിരുന്നു ഇത്. എല്ലാം കുറഞ്ഞ സമയത്തിനുള്ളിൽ നടന്നു. ഒരു രേഖ പകർത്തിയെഴുതണമെങ്കിൽ കുറഞ്ഞത് അരമണിക്കൂറെങ്കിലും വേണം. കാൾസൺ സന്തോഷത്താൽ തുള്ളിച്ചാടി.

ഈ കണ്ടുപിടിത്തം അംഗീകരിക്കപ്പെടാനായി കാൾസൺ ചുവരുകളിലും തൂണുകളിലും എഴുതിവെച്ചു. പക്ഷേ ആർക്കും വലിയ താ

അദ്യകാല ഫോട്ടോസ്റ്റാറ്റ് യന്ത്രം

ൽപ്പര്യം തോന്നിയില്ല. പ്രശസ്തമായ ഐ ബി എം കമ്പനിപോലും ഇത് അവഗണിച്ചുതള്ളി.

ഏകദേശം 8 വർഷം പിന്നിട്ടപ്പോൾ, 1940ൽ, റോക്കസ്റ്ററിലെ ഹാലോയ്ഡ് കമ്പനിയിലേക്ക് കാൾസണ് ക്ഷണം കിട്ടി. അദ്ദേഹത്തിന്റെ പദ്ധതി അവർക്ക് ഇഷ്ടപ്പെട്ടു. അങ്ങനെ ഫോട്ടേസ്റ്റാറ്റ് യന്ത്രങ്ങൾ വരവേറ്റത്. വൈകാതെ കാൾസൺ സെറോക്സ് കോർപ്പറേഷൻ (Xe rox corporation) എന്ന കമ്പനിയാരംഭിച്ചു. 1950-ലാണ് ഇതിന്റെ ആദ്യയന്ത്രം വിൽപ്പന നടന്നത്. ഫോട്ടോസ്റ്റാറ്റ് യന്ത്രനിർമാതാക്കളിൽ ഏറ്റവും മുൻപന്തിയിൽ നിൽക്കുന്നതാണ് ഇന്ന് ഈ കമ്പനി.

ഏറെ പരിഷ്കരിച്ച രൂപത്തിലാണിന്ന് ഫോട്ടോസ്റ്റാറ്റ് യന്ത്രങ്ങൾ. അക്ഷരങ്ങളുടെ രൂപവും വലിപ്പവുമൊക്കെ മാറ്റാനുള്ള സംവിധാനങ്ങളും ഇന്ന് ഇതിലുണ്ട്. കളർ പ്രിന്റിങ് നടത്തുന്ന ഫോട്ടോസ്റ്റാറ്റ് യന്ത്രങ്ങളും ഇന്ന് ലഭ്യമാണ്.

56

ഡ്രൈ ക്ലീനിങ്

ഇന്ന് വിലയേറിയ വസ്ത്രങ്ങൾ ഡ്രൈക്ലീനിങ് നടത്താൻ വളരെ എളുപ്പമാണ്. എന്നാൽ 200 വർഷം മുമ്പുവരെ അതായിരുന്നില്ല അവസ്ഥ. 1825–ൽ ഫ്രാൻസിൽ ജീൻ ബാപ്റ്റിസ്റ്റ് ജോളിയുടെ വേലക്കാരി, അബദ്ധത്തിൽ മേശപ്പുറത്ത് വെച്ചിരുന്ന എണ്ണവിളക്ക് തട്ടി മേശവിരിയിലാകെ എണ്ണമറിച്ചു. എണ്ണയുടെ കറ നീക്കാൻ അവർ ഒരു തുണിയെടുത്ത് മേശവിരി നന്നായി തുടച്ചു. അത്ഭുതമെന്ന് പറയാം, കുറെസമയം മേശവിരി തുടച്ചപ്പോൾ അത് വൃത്തിയായി. പുതിയ തുണിപോലെ. ഈ സംഭവം അവൾ ജോളിയോടു പറഞ്ഞു.

ബുദ്ധിമാനായിരുന്നു ജോളി. ഈ എണ്ണയുടെ പ്രാധാന്യം മനസിലാക്കിയ അദ്ദേഹം വിലയേറിയ വസ്ത്രങ്ങൾ വൃത്തിയാക്കുന്നതിൽ ഈ തന്ത്രം പ്രയോഗിച്ചു. വസ്ത്രങ്ങൾ കാംഫീൻ ഉപയോഗിച്ച് വൃത്തിയാക്കിക്കൊടുക്കുന്ന ഒരു ഷോപ്പ് അദ്ദേഹം തുറന്നു. ഡ്രൈക്ലീനിങ് എന്നാണദ്ദേഹം ഇതിനു പറഞ്ഞത്. കാരണം ഇതിൽ വെറും വെള്ളം ഉപയോഗിച്ചതേയില്ല.

മെല്ലെമെല്ലെ, ഡ്രൈക്ലീനിങ് രീതി ലോകത്തുടനീളം വ്യാപിച്ചു. ഇംഗ്ലണ്ടുകാർ ഇരുകൈയും നീട്ടി ഇതിനെ സ്വീകരിച്ചു. കാരണം അവിടെ വസ്ത്രങ്ങൾക്ക് ഉയർന്നവിലയായിരുന്നു.

കാംഫീൻ ഉപയോഗിക്കുന്നതിന് രണ്ടു പ്രശ്നങ്ങളുണ്ട്. ഒന്നാമത് അതിവേഗം തീപിടിക്കുന്നതാണ്. രണ്ടാമത്, ഇതിന്റെ ഗന്ധം വസ്ത്രങ്ങളിൽ നിന്ന് അത്രപെട്ടെന്ന് നീങ്ങിപ്പോകുകയില്ല. ഇത് നീക്കാൻ നാഫ്ത്തയും ബെൻസിനും ഗാസോലിനുമൊക്കെ വേണ്ടിവന്നിരുന്നു.

പിന്നീട്, ശാസ്ത്രജ്ഞർ കാർബൺ ടെട്രാക്ലോറൈഡ് ഉപയോഗിച്ച് ചില പരീക്ഷണങ്ങൾ നടത്തി. പക്ഷേ വിഷം നിറഞ്ഞതായതിനാൽ

പഴയകാല ഡ്രൈക്ലീനിങ് യന്ത്രം

ഇതുപേക്ഷിച്ചു. ഒടുവിൽ പെർക്ലോറോ - എത്തിലീനാണ് ഡ്രൈക്ലീനിങ്ങിനുള്ള രാസവസ്തുവായി ലോകത്ത് അംഗീകാരം നേടിയത്. ഇന്നും ഇതുതന്നെയാണ് പ്രധാനമായും ഉപയോഗിക്കുന്നത്.

ഡ്രൈക്ലീനിങ്ങിന്റെ ഉപയോഗങ്ങളെന്തെന്ന് നിങ്ങൾക്കറിയാമോ? വിലയേറിയ, മൃദുലമായ വസ്ത്രങ്ങൾ മാത്രമല്ല; തോൽവസ്ത്രങ്ങൾ, പുതപ്പുകൾ, കാർപ്പെറ്റുകൾ, മൃഗരോമങ്ങൾ തുടങ്ങിയവ വൃത്തിയാക്കാനും ഇത് സഹായകമാണ്.

ഒരിക്കൽ മസാച്ചുസെറ്റ്സിൽ ആനയെ ഡ്രൈക്ലീനിങ് നടത്തിയത്രെ! ഒരു പരസ്യത്തിൽ കടും പിങ്ക് നിറത്തിൽ ഈ ആനയെ പ്രദർശിപ്പിച്ചു. ഉടമസ്ഥൻ പിന്നീട് സോപ്പും വെള്ളവും കൊണ്ട് കഴുകാൻ ശ്രമിച്ചപ്പോൾ പിങ്ക് നിറം പോയില്ല. അവസാനം, അറ്റകൈ പ്രയോഗമെന്നനിലക്കാണ് ഡ്രൈക്ലീനിങ് ഷോപ്പിലെത്തിയത്. ഇപ്പോൾ ആന പഴയ കരിനിറത്തിൽ. അതിന്റെ തൊലിയിലൊരു പോറൽ പോലുമില്ല. ഇതാണ് ഡ്രൈക്ലീനിങ്ങിന്റെ ശക്തി.

57

പെട്രോൾ പമ്പ്

ഈ നൂറ്റാണ്ടിന്റെ തുടക്കത്തിൽ മോട്ടോർ വാഹനങ്ങൾ നില നിർത്തിക്കൊണ്ടുപോകുകയെന്നത് ഒരു തലവേദനയായിരുന്നു. പെട്രോളിന്റെ അലഭ്യതയായിരുന്നു കാരണം. പലചരക്കുകടയിലോ മറ്റോ പോയാലേ പെട്രോൾ ലഭിക്കൂ.

അവിടെ വാഹനയുടമകൾതന്നെ പാത്രത്തിൽ എണ്ണ നിറയ്ക്കണം. കാരണം പെട്രോൾ വിതരണം ചെയ്യൽ അഭിമാനത്തിന് നിരക്കാത്തതായിട്ടായിരുന്നു കടയുടമകൾ കണ്ടിരുന്നത്. പെട്രോൾ വിലയേറിയതും എന്നാൽ ചെലവാകാത്തതുമായ വസ്തുവായിരുന്നുവെന്നതാണ് കാരണം. ചെറിയ എണ്ണക്കമ്പനികൾപോലും പെട്രോളിന് വലിയ പ്രാധാന്യം നൽകിയിരുന്നില്ല. പെട്രോളിന് പകരം മണ്ണെണ്ണയായിരുന്നു അവർ ആശ്രയിച്ചിരുന്നത്.

നിരത്തുകളിൽ വാഹനങ്ങളുടെ എണ്ണം കൂടിയതോടെ ജനങ്ങൾ പെട്രോളിനായി എണ്ണക്കമ്പനികളിലേക്ക് നേരിട്ട് പോകാൻ തുടങ്ങി. കമ്പനികളുടെ കവാടത്തിൽ വാഹനങ്ങളുടെ വൻ ക്യൂ പ്രത്യക്ഷപ്പെട്ടു. ഇതൊഴിവാക്കാൻ എണ്ണക്കമ്പനികൾ വിവിധ സ്ഥലങ്ങളിൽ പെട്രോൾ പമ്പുകൾ തുറന്നു. എപ്പോൾ/എവിടെയായിരുന്നു ലോകത്തെ ആദ്യത്തെ പെട്രോൾ പമ്പ് തുടങ്ങിയതെന്ന് അറിയില്ലെങ്കിലും 1912-ൽ ലൂസിയാനയിൽ സ്ത്രീകൾക്ക് പ്രത്യേക വിശ്രമസ്ഥലത്തോടുകൂടിയ ഒരു മോടിപിടിപ്പിച്ച പെട്രോൾ പമ്പുണ്ടായിരുന്നു. സന്ദർശകർക്കെല്ലാം തണുത്ത വെള്ളം കൊടുക്കാൻ ഒരു സ്ത്രീയെ അവിടെ നിയമിച്ചിരുന്നു.

1930 കളിൽ പെട്രോൾപമ്പുകൾ എങ്ങും കൂണുപോലെ മുളച്ചുപൊന്തി. കടുത്ത മത്സരംകാരണം ഉപഭോക്താക്കളെ ആകർഷിക്കാൻ വിവിധ തന്ത്രങ്ങളും ഉപയോഗിച്ചു പോന്നു. ചൈനീസ് പഗോഡയുടെയോ ഗ്രീക്ക്

ആദ്യകാല പെട്രോൾ പമ്പ്

ദേവാലയങ്ങളുടെയോ സ്പാനിഷ് ചർച്ചുകളുടെയോ മാതൃകയിലായിരുന്നു പല പമ്പുകളും നിർമിച്ചിരുന്നത്. വാഹനങ്ങളിൽ പെട്രോൾ നിറയ്ക്കാനും, ചില്ലുകളും, വാതിലുകളും വൃത്തിയാക്കാനും പുഞ്ചിരിക്കുന്ന മികച്ച വേഷം ധരിച്ച ചെറുപ്പക്കാരുണ്ടാവും. ബിക്കിനി ധരിച്ച പെൺകുട്ടികളെ ഉപഭോക്താക്കൾക്ക് എണ്ണ നൽകാൻ വാടകയ്ക്കെടുത്തുകൊണ്ടാണ് മേരിലാന്റിലെ ഒരു പെട്രോൾ പമ്പ് ആരംഭിച്ചത്.

പെട്രോളിന്റെ ആവശ്യം വർധിക്കുകയും വില സുസ്ഥിരമാവുകയും ചെയ്തതോടെ ഇത്തരം മത്സരങ്ങൾ അവസാനിച്ചു. അതിനുശേഷം പെട്രോൾ പമ്പുകളെല്ലാം ഇന്നു കാണുന്ന സമാനരൂപത്തിലേക്ക് മാറി.

പക്ഷേ, ആ പഴയകാലം വീണ്ടും മടങ്ങിവരികയാണ്. സ്വയം പ്രവർത്തിക്കുന്ന പെട്രോൾ പമ്പുകൾ ഇന്ന് പ്രചാരത്തിലുണ്ട്. ചില വികസിത നാടുകളിൽ വാഹനഉടമകൾ തന്നെ സ്വയം പെട്രോൾ നിറയ്ക്കുകയും കൗണ്ടറിൽ പണമടക്കുകയുമാണ് ചെയ്യാറ്. പമ്പിനകത്ത് സ്ഥാപിച്ച വീഡിയോയിൽ ഇത് പകർത്തുന്നുണ്ടാവും. പൂർണമായും കമ്പ്യൂട്ടർവൽക്കരിച്ചതിനാൽ ആർക്കും വഞ്ചിക്കാനാവില്ല.

ഉപഭോക്താക്കൾക്ക് പണം നിക്ഷേപിച്ച് എണ്ണയടിക്കാവുന്ന ഓട്ടോമാറ്റിക്ക് പമ്പുകൾ ഇന്നുണ്ട്. ഒരു പുതുമയുണ്ടെങ്കിലും നിർദേശം നൽകുകയും വൃത്തിയാക്കുകയും ചെയ്യാനെത്തുന്ന ജീവനക്കാരുടെ സേവനം ഇത്തരം പമ്പുകളിൽ ലഭിക്കുകയില്ല.

58

ട്രാഫിക് സിഗ്നൽ

ആയിരത്തി എണ്ണൂറ്റി അറുപത്തി എട്ടിൽ, ഇംഗ്ലണ്ടിലെ ജോർജ് സ്ട്രീറ്റിലും ബ്രിഡ്ജ് സ്ട്രീറ്റ് ക്രോസിങ്ങിലുമാണ് ആദ്യമായി ട്രാഫിക്ക് സിഗ്നൽ സ്ഥാപിക്കപ്പെട്ടത്. പെട്രോൾ വിളക്കുകളുപയോഗിച്ചായിരുന്നു ഇവ തെളിയിച്ചിരുന്നത്. ഏഴ് മീറ്റർ ഉയരമുള്ള തൂണിലായിരുന്ന ഈ ലൈറ്റുകൾ സ്ഥാപിച്ചത്. ഒരു ലിവറിന്റെ സഹായത്തോടെ പൊലീസുകാരൻ ചുവപ്പോ, പച്ചയോ ഗ്ലാസ് ലൈറ്റിന് മുന്നിൽ വെക്കും. ദൗർഭാഗ്യകരമെന്നു പറയാം, രണ്ട് മാസങ്ങൾക്ക് ശേഷം ഗ്യാസ് സിലിണ്ടർ പൊട്ടിത്തെറിച്ചു. പൊലീസുകാരൻ മരിച്ചു. ഇതോടെ ലോകത്തെ ആദ്യ ട്രാഫിക് സിഗ്നലിന് അന്ത്യമായി.

അമേരിക്കയിലെ ഡെട്രോയിറ്റ് നഗരത്തിലെ വുഡ് വേർഡ് അവന്യുവിന്റെയും ക്രോസിങ്ങിലാണ് ആദ്യമായി ഇലക്ട്രിക് ട്രാഫിക് സിഗ്നൽ നിലവിൽ വന്നത്. അന്ന് ഏറ്റവും തിരക്കേറിയ ഭാഗമായിരുന്നു അത്. ഇന്നത്തെപ്പോലെ ചുവപ്പ്, മഞ്ഞ, പച്ച എന്നീ വർണങ്ങളിലായിരുന്നു അവ. സമയബന്ധിതമായി ഓരോ നിറവും ഒന്നിടവിട്ട് പ്രകാശിക്കും.

ഇന്ന്, കമ്പ്യൂട്ടർവൽക്കരിച്ച ട്രാഫിക് സിഗ്നലുകളാണെവിടെയും. ട്രാഫിക് സാന്ദ്രതയ്ക്കനുസരിച്ച് ലൈറ്റിന്റെ പ്രവർത്തനം നിയന്ത്രിക്കുന്ന ഇലക്ട്രോണിക് സെൻസറുകളാണിതിൽ ഉപയോഗിക്കുന്നത്.

ട്രാഫിക് ലൈറ്റുകളെക്കുറിച്ച് രസകരമായൊരു കഥയുണ്ട്. 1950-ൽ, ജോർജിയയിലെ മേയർ ട്രാഫിക് ലൈറ്റുകളുപയോഗിച്ച് പണമുണ്ടാക്കിയിരുന്നു. ഏതോ ഒരു ക്രോസിങ്ങിൽ പച്ച നിറത്തിന്റെ സമയം 16 സെക്കന്റായി കുറച്ചു. ഈ സമയം വളരെ കുറവായതിനാൽ മിക്ക ഡ്രൈവർമാരും ചുവപ്പ് ലൈറ്റ് മുറിച്ചു കടക്കും. ഉടനെ പിടികൂടി 15 ഡോളർ പിഴയീടാക്കും. ഒരു വർഷം 50000 ഡോളറാണ് മേയർ സമ്പാദിച്ചത്. അവിടത്തെ വാർഷിക ബഡ്ജറ്റിന്റെ നാലിരട്ടിയിലേറെ വരും ഇത്.

www.ingramcontent.com/pod-product-compliance
Lightning Source LLC
LaVergne TN
LVHW090428051026
849518LV00006B/2477
9788126204137